கம்பர் காவியம்

(அதன் நிலை விளக்கம்)

சொ. முருகப்பன்

MB
மலர் புக்ஸ்

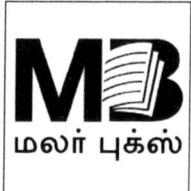

MB
மலர் புக்ஸ்

கம்பர் காவியம் ♦ சொ. முருகப்பன் ♦ முதல் பதிப்பு: 1953 ♦ பரிசல் முதல் பதிப்பு: 2024 ♦ பக்கங்கள்: 128 ♦ வெளியீடு: மலர் புக்ஸ், No. 47, B1 FLAT, முதல் மாடி, தாமோதரன் பிளாட், ஐஸ்வர்யா அபார்ட்மெண்ட், ஓம் பராசக்தி தெரு, வ.உ.சி. நகர், பம்மல், சென்னை – 600 075. பேச: 9382853646, 8825767500 மின்னஞ்சல்: parisalbooks2021@gmail.com ♦ அச்சாக்கம்: தி பிரிண்ட் பார்க், சென்னை – 600 117.

♦ Sales Right : Parisal Putthaganilayam, Chennai - 600 075.

Tamizh Noolgalil Bowtham ♦ Thiru. V. Kalyanasuntharanaar ♦ First Edition: 1953 ♦ Parisal First Edition: 2024 ♦ Pages: 128 ♦ Published by Malar Books, No.47 B1 FLAT, First floor, Dhamodar Flat Aiswarya Apartment, Om Parasakthi St, VOC NAGAR Pammal, Chennai 75. Mobile: 93828 53646, 8825767500 Email: parisalbooks2021@gmail.com ♦ Printed at: The print park, Chennai -117.

Rs. 140

ISBN: 978-93-91947-83-5

நூல் முகம்

கம்பர் தமிழனாகப் பிறந்தார். தமிழனாக வளர்ந்தார். தமிழனாக வாழ்ந்தார். தமிழ் மொழிக்கு என்றும் அழியாத புகழை உண்டாக்கி வைத்தார். உலகில் இன்று புகழ்பெற்று விளங்கும்படி, எல்லாக் காவியங்களையும் விடச் சிறந்த காவியம் கம்பர் செய்துள்ள காவியம் என்று சொல்லிக்கொள்ளும் பெருமையைத் தமிழ் மக்களுக்கு ஏற்படுத்தினார். பத்து, இருபது ஆயிரம் ஆண்டுகளுக்கு முன்பிருந்தே தமிழ்ப் பரம்பரை சிறிது சிறிதாக மேம்பட்டு வளர்ந்து வந்திருக்கிறதென்பதற்கும்; அறிவிலும், ஆற்றலிலும், கலையிலும், பண்பிலும் வளர்ந்து சிறந்து உலக மக்களின் உச்சியை அடைந்திருக்கிறதென்பதற்கும் சான்றாக நிற்பன திருக்குறளும், கம்பர் காவியமுமாகும். திருக்குறள் என்ற தெய்வ நூல் நம்முடைய பண்பை உச்சநிலைக்கு ஏற்றியது. அங்கு அதன் பக்கத்தில் காவியப் பூஞ்சோலையாக நின்று நிலவுவது கம்பர் காவியமாகும். இப்படிப்பட்ட ஒப்பற்ற இருநூல்களையும் படித்த அறிஞர்கள் தமிழுக்குக் 'கதி' கம்பரும், திருவள்ளுவரும் ஆவர் என்று கூறினர். 'கதி' என்ற சொல்லிலுள்ள 'க' கம்பரையும், 'தி' திருவள்ளுவரையும் குறிக்கும் என்பது புலவர் கோளாகும். 'கல்வியிற் பெரியர் கம்பர்' என்று தமிழ் இலக்கணமே முழங்குகிறது. கம்பர் கவிதையின் பெருமையை அறிந்த புலவர் பெருமக்கள் அவரைக் 'கவிச்சக்கரவர்த்தி' என்று போற்றிப் புகழ்ந்தனர். இந்த வகையிற் கம்பருக்கு ஒரு குறையுமில்லை.

இப்படியே தமிழகத்தில், பெரியோர்க்குப் பாராட்டு நடக்கும். புகழ் பெருகும். கோயில் கட்டப்படும். சிலை நாட்டப்படும். சிலைக்கு ஆறுகால பூசைகூட நடக்கும். ஆனால் அவர்கள் இவ்வுலகுக்கு என்ன சொன்னார்கள்? என்ன செய்தார்கள்? அவர்களை எப்படிப் பின்பற்றுவது? என்ற வகையில் யாருக்கும் ஒரு சிறு நாட்டமும் ஏற்படுவதில்லை. ஆழ்வார் நாயன்மார் மற்றுள்ள பெரியார்கள் விஷயத்தில் நடப்பது புகழும், பூசையுமன்றி, அவர்களுடைய உபதேசங்களை மக்கள் உணர்ந்து நடக்கும்படி செய்யும் முயற்சிகள் தமிழகத்திற் குறைவுதான் என்று சொல்லாமல் என்ன செய்வது? மற்றவர் விஷயத்தில் உபதேசங்களைப் பின்பற்றுவது பஞ்சப்பட்டிருக்கிறதென்று கூறி அமையலாம். கம்பர் விஷயத்திலோ நூலையே சீரழியும்படி செய்து விட்டனர்.

புத்தர் மிகவும் பெரியவர்; அவருடைய சீவகாருண்ய தருமம் மிக மேம்பட்டது என்று கூற யாரும் பின்வாங்குவதில்லை. புத்தர் திருமாலின் அம்சாவதாரத்தில் ஒருவர் என்றும் ஒப்புக் கொண்டாய்விட்டது. ஆனால் அந்த மதம் இந்தியாவில் இருக்கவே கூடாது என்ற வகையில், செய்யப்பட்டுள்ளது. ஆயினும் அவர் ஞானம் அடைந்த அரச மரம், நாடு முழுமையும் அன்போடு வைத்துப் பயிர் செய்யப்பட்டு வணங்கப்பட்டு வருகிறது. அவருக்கு ஏற்பட்ட ஞானத்தைப்பற்றி அனுபவமேற்பட இடமே கிடையாது. இவையெல்லாம் நம்முடைய அபூர்வமான புத்தித் திறமைக்கு எடுத்துக் காட்டுகளாகும். கம்பர் பெரிய கவிச்சக்கரவர்த்தி என்றால் ஆமா, ஆமா! 'யாமறிந்த புலவரிலே கம்பனைப் போல்... பூமிதனில் யாங்கணுமே பிறந்ததில்லை' ஆமா ஆமா! இதில் குறைவில்லை. எந்தப் புலவரும், யாரும் கம்பர் மட்டமான கவிஞன்' என்று கூறுவதுமில்லை; கருதுவதுமில்லை. இந்த நிலையில் அவருடைய ஒப்பற்ற நூல் எப்படி இருக்கிறது என்பதை நினைத்தால் "நெஞ்சு பொறுக்குதிலையே," என்ற பாரதியார் வாக்கு நினைவுக்கு வருகிறது.

இப்படிக் கம்பர் காவியம் சீர்கெட்டிருப்பதற்குக் காரணம் இன்றுள்ள புலவர்களின் செயலல்ல.

கம்பர் காவியமாகிய பூஞ்சோலை காட்டு விலங்குகளின் மேய்ச்சலிடமாகி அழிபட்டிருக்கிறது. அது மட்டுமல்ல, அங்கே உயர்ந்த கனிமரங்களும், பூஞ்செடிகளும் இருந்த பல இடங்களில் கள்ளியும், கற்றாழையும் முளைத்து மிரட்டுகின்றன. இடையிடையே எத்தனை அழகாகக் கனிமரங்களும், பூஞ்செடிகளும்; மேடைகளும், ஓடைகளும் இன்பம் சொரிந்து கொண்டிருக்கின்றன! இவைகளைப் புலவர்கள் காணுகின்றனர்; அனுபவிக்கின்றனர்; களிக்கின்றனர். அங்கே வளர்ந்து நிற்கும் முட்செடிகளும், மரங்களும், புதர்களும் வெட்டிச் சாய்க்கத்தக்கன என்பது தெரிகிறது. வெட்டவும் முடியுமா என்று தோன்றுகிறது; வெட்ட மனம் வரவில்லை; வெட்டி வீழ்த்தத் துணிவு பஞ்சமாக இருக்கிறது. சில சமயங்களில் இந்த முட்களையும் கம்பர் ஏன் இங்கே இருக்கட்டும் என்று பயிர் செய்திருக்கக்கூடாது? கற்றாழையின் முள் எவ்வளவு அழகாக இருக்கிறது! இதை யார் வைத்தார் என்று யார் கண்டது? என்னவோ இருக்கிறபடி இருக்கட்டும் என்றுதான் புலவர்கள் நினைக்கிறார்கள். இன்னும் சிலர் "ஆஹா நெருஞ்சி முள்! பாருங்கள், கம்பர் பயிர் செய்திருக்கிறார்; உடைவேலின் முள் பாருங்கள் எவ்வளவு பரவிக் கிடக்கிறது! உள்ளே போக முடியாது! வெளியே இருந்து கும்பிட்டுவிட்டுப் போய் விடலாம்," என்று சொல்லிவிட்டுப் போகிறவர்களும் உண்டு. இன்னும் இரண்டடி உள்ளே எடுத்து வைத்து அங்கு நடமாடும் பாம்பு, தேள், நட்டுவக் காலி; புலி, கரடி, காண்டாமிருகம் ஆகிய வகைகளைக் கண்டு 'ஓகோ, நாம் இதனுள்ளே புகுந்தால் தப்ப மாட்டோம்' என்று பதறியடித்துக் கொண்டு வெளியேறுவாரும் இருக்கத்தான் இருக்கிறார்கள். வெளியில் இருந்து பார்க்கும்போது பலருக்கு அங்குள்ள ரோஜாவும், கற்றாழையும் அதிக வேறுபாடின்றித் தெரிகின்றன. இரண்டும் முட்செடிதான். இரண்டும் பூக்கின்றன. 'ஆகா, என்ன கம்பருடைய பெருமை' என்று இரண்டையும் பார்த்து வியக்கத் தோன்றுகிறது என்றாலும் அங்குள்ள இன்பப் பொருள்கள் நெருங்குவாரின் உள்ளத்தைக் கவராமல் விடுவதில்லை.

இந்தக் காட்டின் (சோலையின்) அருகிற் சென்று கூர்ந்து நோக்குவார்க்கு இவை கம்பரால் பயிரிடப்பட்டன; இவை காற்றில் விழுந்த விதையினால் தாமாக முளைத்தன; இவை பிறரால் நடப்பட்டன என்று தெளிவாக உணர முடியாமற் போகவில்லை. இப்படியாக இப்பூஞ்சோலை சிதைந்து கிடப்பதை உணர்ந்தால் யாருக்குத்தான் சகிக்க முடியும்? என்றாலும் உள்ளே இருக்கிற முள்ளுக் காட்டையும், புலி கரடி முதலியவற்றையும் ஒழிக்க முடியுமா? ஒழித்தால் வெளியிலிருக்கிற அந்த இனத்தின் இனம் இலேசில் விடுமா? அவற்றினிடமிருந்து உயிர் தப்ப முடியுமா? என்றெல்லாம் தோன்றத்தான் செய்யும். இத்தனை ஆயிரம் செடி, கொடி, மரங்களில் கம்பர் வைத்த பொருள்கள் ஏதாவது நம்மால் பிடுங்கி எறியப்படுமானால் அது பெரிய பாவமல்லவா? என்று தோன்றுவதும் இயல்புதான். ஆயினும் இதன் முடிவென்ன? இந்த நூல் இப்படியே மக்கள் நெருங்க முடியாத காடாக இருக்க வேண்டியது தானா? அல்லது அசல் செடி கொடிகளில் சில தெரியாத்தனத்தால் இழக்கப்பட்டாலும் பாதகமில்லையென்று கூடியவரையில் நினைவாக ஆகாவாரிகளை நீக்கி மக்கள் எல்லாரும் சுலபமாக உள்ளே சென்று, கம்பன் கவிமலர்களை மணக்கும்படி செய்ய வழி வகுப்பதா? இதைப் புலவர் பெருமக்களும், ரசிகர்களும், பொதுமக்களும் ஊன்றி யோசிக்க வேண்டும். இன்று 'கம்பர் காவியம்' எப்படி எந்த நிலையில் இருக்கிறது என்பதைப் பற்றிப் பொதுமக்களின் எண்ணத்துக்குச் சிலவற்றை எடுத்துக்காட்ட எண்ணியே இந்தச் சிறு நூலை வெளியிட முனைந்தேன். இதைப்படித்ததும் உள்ளத்தைக் கோபத்துக்கு இடமாக்க வேண்டாம். ஆராய்ந்து பாருங்கள். அறியாமை எல்லாருக்கும் பொது. அறிவும் ஆராய்ச்சியும் எல்லாருக்கும் பொது. தமிழும், கம்பர் பெருமானும் எல்லாருக்கும் பொது. என்னுடைய இந்த முயற்சியும் பொதுவேயாகும். தங்கள் கருத்து வேறுபாட்டையும், உடன் பாட்டையும் எனக்குத் தெரிவித்தால் நன்றி செலுத்துவேன்.

கம்பருடைய காவியம் தெளிவான உருப்பெற வேண்டும்; மக்கள் யாவரும் அதன் பயனைப் பெற வேண்டும் என்பதுதான் எனது குறிக்கோள்.

நூற்பெயரும் பிரிவுகளும்

இந்நூலுக்குப் பெயர் கம்பராமாயணம் என்று வழங்கப்படுகிறது. இப்பெயர் கம்பரால் இடப்பட்டதன்று. இந்நூலில் வழங்கப்படும் சொற்கள் எங்கும் தமிழ் மரபு தவறாமல் ஆளப்பட்டிருப்பதைக் காண்கிறோம். 'ராமன்' என்ற சொல் தமிழ் இலக்கணத்திற்கேற்ப இராமன் என்றே எங்கும் ஆளப்பட்டிருக்கிறது. வடமொழிச் சொற்கள் எல்லாம் தமிழ் மரபிற்கு ஏற்கவே அமைந்திருக்கின்றன. எனவே கம்பன் + ராமாயணம் என்பது தமிழ்மரபுப்படி கம்பனிராமாயணம் அல்லது கம்பவிராமாயணம் என்று வழங்கப்பட்டிருக்க வேண்டும். அப்படி வழங்கப்படாமையால் கம்பர் இந்நூலுக்குக் கம்பராமாயணம் என்று பெயர் வைக்கவில்லை என்பது தெளிவு. கம்பரே இதற்கு இராமாயணம் என்று பெயர் வைக்க நினைத்தாலும் தன்பெயரை அதற்கு முன்னால் சேர்த்திருக்க மாட்டார். மேலும், அகச் சான்றாக 'ராமாயணம்' என்ற சொல் நூலிலாவது, பாயிரச் செய்யுள்களிலாவது வழங்கப்படவில்லை.

வான்மீகி முனிவர்தான் இராமகதைக்கு 'ராமாயணம்' என்ற பெயரை வைத்தார். அந்த நூலின் கதைப்போக்கு அதன் தத்துவம் கவிதை முதலியவற்றை அனுபவித்த மற்றைய மொழிப் புலவர்கள் அதில் ஈடுபட்டு வியப்பெய்தினர். அதன் புகழையுணர்ந்து தங்கள் மொழியிலும் அப்படிப்பட்ட காவியம் ஏற்படவேண்டுமென்று ஆசையுற்றனர். இப்படி இராமகாதையைப் பாடின புலவர் பலர். இக்கதைக்கு பாஸகவி பிரதிமா நாடகம் என்று பெயரிட்டனர். காளிதாசன் இரகுவமிசம் என்று பெயர் வைத்தனர். கம்பர் 'இராம காதை' என்று பெயர் சூட்டினர். துளசிதாசர்

'ராம சரித்திர மானஸ்' என்று (இராமனின் சரித்திரமான தடாகம்) பெயரிட்டனர். என்றாலும் இராமகதையை முழுதும் சொல்லும் பெருவழக்குள்ள நூல்களையெல்லாம் இராமாயணம் என்றே தமிழ் மக்கள் கூறினர். அதுதான் சுலபமாக விளங்குவதாக இருந்தது. ராமாயணம் என்று சொன்னால் அது வான்மீகி முனிவர் இயற்றியதுதான். வேறுபலரும் ராமாயணம் என்று தம் நூலுக்குப் பெயர் வைக்கவில்லை. பொதுஜன வழக்கில் 'ராமாயணம்' என்றால் இராமனுடைய கதையைச் சொல்வது என்று அழுத்தமாகப் பதிந்துவிட்டபடியால், எல்லாவற்றையுமே இராமாயணம் என்று வழங்கினர். 'ராமாயணம்' என்ற சொல்லுக்கு முன்னால் பாடினவர் பெயரையும் ஒட்டிவிட்டனர். அந்த நியதியில் வான்மீகி முனிவர் பாடிய 'ராமாயணத்தை'யும் 'வான்மீகி ராமாயணம்' என்று கூறவேண்டியதாகி விட்டது. எனவே 'ராமாயணம்' என்றாலே வான்மீகி முனிவரால் செய்யப்பட்ட நூலின் பெயராகக் கொள்ள வேண்டியிருக்க, அப்படிக் கொள்ளாமல் அதையும் வான்மீகி ராமாயணம் என்று குறித்துக் காட்டவேண்டிய நிலைமையைத் தமிழ்நாட்டில் கம்பருடைய நூல் செய்துவிட்டதென்பது நுனித்து உணரவேண்டியது ஒன்றாகும். இனி இந்நூலுக்கு 'இராம காதை' என்ற பெயர் பொருத்தமுடையதாகும். சாற்றுக் கவிகள் இந்நூலுக்கு வைக்கப்பட்ட பெயரைக் குறிப்பிடுகின்றன.

நடையில் நின்(று)உயர் நாயகன் தோற்றத்தின்
இடைநி கழ்ந்த 'இராமாவ தாரப்'பேர்த்
தொடை ரம்பிய தோம் அறு மாக்கதை
சடையன் வெண்ணெய்நல் ஊர்வயிற் தந்ததே.

இதில் "இராமாவதாரப்பேர்" என்று இருப்பதைக் கொண்டு, இந்நூலுக்குக் கம்பர் 'இராமாவதாரம்' என்று பெயர் வைத்திருக்கலாம் எனக் கருதப்படுகிறது. திருவவதாரப்படலம் வேறொருவர் பாட, அதற்கேற்பட்ட சாற்றுக்கவியாக இப்பாடல் இருக்கக்கூடும். இராமாவதாரம் என்ற பெயர் அந்நூலுக்குப் பொருத்தமாகலாம். கம்பர் இராமாவதாரம் பாடினார் என்று ஒன்றும் இல்லை. யாரோ பாடிய ராமாவதாரம் என்ற நூலைத் திருவவதாரப்படலம்

என்று திருத்தி இதில் செருகி இருக்கின்றனர். நிற்க, ராம என்னும் வடமொழிச் சொல்லை முதலில் இகரத்தையும், கடைசியில் னகரத்தையும் சேர்த்து 'இராமன்' என்று தமிழ் மரபுக்கு இணக்கித் தம்முடைய நூல் முழுதும் ஆண்டிருப்பதைக் காண்கிறோம். 'இராமன் என்னும் செம்மைசேர் நாமந் தன்னைக் கண்களில்த் தெரியக் கண்டான்' என்பது குறிப்பிடத்தக்க சான்றாகும். இராமன்-அவதாரம் இராமாவதாரம் என்று வடமொழிச் சந்தித் தொடராகி, அதுவும் நூற்பெயராவது சிறிதும் பொருந்தாததாகும்.

'நடையில் நின்றுயர்' என்ற மேற்கண்ட பாடலில் இராமாவதாரத்தைக் கம்பர் பாடினார் என்று கூறியிருக்கவில்லை. அந்தப் பாடலைக் கம்பரே தற்சிறப்புப் பாயிரமாகப் பாடினார் என்று கூறுகின்றனர். அதே பாயிரத்தில் மற்ற கவிகளில்,

"நொய்தின் நொய்ய சொல் நூற்கலுற்றேன்"
"வையம் என்னை இகழவும் மாசு எனக்கு
"எய்தவும் இது இயம்புவது"
"இறையும் ஞானம் இலாத என் புன்கவி"

என்று தன்கவியைப் பற்றிக் கூறிக்கொண்ட கம்பர் இந்தக் கவியில் மட்டும்,

'தொடை நிரம்பிய தோமறு மாக்கதை,' என்று தன்னுடைய நூலைத் தானே ஏற்றிப் புகழ்ந்து கூறிக்கொண்டிருப்பாரா?

இம்பர் நாட்டிற் செல்வம் எல்லாம்
  எய்தி அர (சு) ஆண்(டு) இருந்தாலும்
உம்பர் நாட்டில் கற்பகக் கா
  ஓங்கு நீழல் இருந்தாலும்
செம்பொன் மேரு அனையபுயத்
  திறல்சேர் இராமன் திருக்கதையில்
கம்பநாடன் கவிதையிற்போல்
  கற்றோர்க்(கு) இதயம் களியாதே!

எண்ணிய சகாத்தம் எண்ணூற்(று)
  ஏழின்மேல் சடையன் வாழ்வு
நண்ணிய வெண்ணெய் நல்லூர்

தன்னிலே கம்ப நாடன்
பண்ணிய இராம காதை
பங்குனி அத்த நாளில்
கண்ணிய அரங்கின் முன்னே
கவி அரங்(கு) ஏற்றி னானே.

ஆதவன் புதல்வன் முத்தி
அறிவினை அளிக்கும் அண்ணல்
போதவன் இராம காதை
புகன்(று) அருள் புனிதன் மண்மேல்
கோ(து) அவம் சிறிதும் இல்லான்
கொண்டல்மால் தன்னை ஒப்பான்
மாதவன் கம்பன் செம்பொன்
மலர் அடி சென்னி வைப்பாம்.

இம்மூன்று பாடல்களிலும் 'இராமன் திருக்கதை', 'இராம காதை' என்று கம்பராமாயணம் குறிப்பிடப்படுகிறது. நூலினுள் கம்பரால் பாடப்பெற்று அவையடக்கமாக வருகிற பாடலில்,

ஓசை பெற்(று)உயர் பாற்கடல் உற்(று)ஒரு
பூசை முற்றவும் நக்குபு புக்கென
ஆசை பற்றி அறையல் உற்றேன் இவ்
ஏசில் கொற்றத்(து) இராமன் கதையரோ.

'இராமன் கதை' என்று குறிக்கப்படுகிறது. இவைகளைக்கொண்டு கம்பர் தமது நூலுக்கு "இராம காதை" என்ற பெயரையே சூட்டியிருக்கலாமென்று தோன்றுகிறது.

இனி இராமகாதையைக் கம்பர் பாட அது உலகில் பயிலத்தொடங்கிய பிறகு தமிழகத்தில் வால்மீகி ராமாயணப் பிரியர்கள் அதனைப் பரிமளிக்க முற்பட்டு, அதிகமாகப் பரிமளிக்க ஆரம்பித்த நாளில் இரண்டு கூட்டத்தாரின் பிரசாரத்தில் ஒன்றை வான்மீகி ராமாயணம் என்றும், மற்றொன்றைக் கம்பராமாயணம் என்றும் வழங்கவேண்டிய தேவை ஏற்பட்டிருக்கிறது. இது மக்கள் வாய் வழக்கில் மட்டும் நில்லாமல் நூலுக்குப் பெயராகவும் ஏற்பட்டது கவனிக்கத்தக்கதும், வருந்தத்தக்கதும் ஆகும்.

பலபடியாக புதுக்கவிகள் செருகப்பட்டு அது வளர்ந்தேறி அசலைப்போல் பலமடங்கு செருகு கவிகள் கலந்தபிறகு இராமகாதை என்ற உரிமைப் பெயரை வைத்து வழங்க மனமொவ்வாமல், ராமாயணம் என்றே இதுவும் வழங்கப்படட்டும் என்று விட்டிருக்கலாம். இராமகாதைக்கு எதிர்ப்பு எவ்வளவு ஏற்பட்டது, எவ்வெவ்வகையாரால் ஏற்பட்டது என்று வரையறுத்துச் சொல்ல முடியவில்லை. ஆதரவு எவ்வளவோ அதற்கு அதிகமாகவே எதிர்ப்பும் ஏற்பட்டிருக்கிறது என்பது திண்ணம்.

காண்டங்கள்

கம்பர் பாடிய பாடல்கள் ஆறு காண்டங்களாக விளங்குகின்றன. இந்த வரையறுப்புப் பொருத்தமுடையது. ஆனால் இவைகளின் பெயர்கள் வான்மீகி ராமாயணத்தைப் போலவே இருக்கின்றன. கம்பர் இவற்றின் பெயர்களை மாற்றித் தமிழ்ப்பெயர்களாக அமைத்திருத்தல் கூடுமோ என்ற எண்ணம் உண்டாகிறது. படலங்களின் பெயர்கள் எல்லாம் தமிழிலேயே கொடுக்கப்பட்டுள்ளன. மாற்ற முடியாத சில அரக்கர்களின் பெயர்களைத் தமிழ் இலக்கணத்துக்கு இணங்கிக் கையாண்டிருப்பதைத் தவிர வடமொழியில் இருந்தபடியே கையாளவில்லை என்பது கவனிக்கத்தக்கது. காண்டங்களே வகுக்கப்படாமல் படலங்களாகவே வகுத்து நூலை அமைத்திருக்கங்கூடும். எப்படியாயினும் இப்பொழுதுள்ளபடி காண்டப்பிரிவு இருத்தல் இன்றியமையாதது தான்.

பால காண்டம்: சீதையைக் கலியாணம் செய்து கொண்டு அயோத்திக்கு வந்துசேருகிறவரையுள்ள நிகழ்ச்சிகளைக் கொண்டிருக்கிறது. அயோத்திக் காண்டம்: இராமன், சீதை, இலக்குவன் ஆகிய மூவரையும் காட்டுக்கு அனுப்புகிறவரை சென்று முடிகிறது. பிறகு காட்டில் தவவாழ்வு வாழ்ந்து, சீதையை இழந்து, சடாயுவைச் சந்தித்துப் புலன் தெரியாமல் தவிக்கிறவரை ஆரணிய காண்டம் சென்று முடிகிறது. கிட்கிந்தாக் காண்டம் முழுமையும் சுக்கிரீவனுடைய இடமான கிட்கிந்தையின் நிகழ்ச்சிகளை அடக்கிச் சீதை இருக்கிற இடத்தைத் தேடும்படி வானரர்களை அனுப்புவதோடு

முடிகிறது. அப்பால் சுந்தர காண்டம். இது சீதை இருக்கும் இடத்தைத்தேடி அறிந்த அனுமான் திரும்பி இராமனிடம் வந்து தெரிவிப்பதோடு முடியும். இதன் பிறகுள்ள நிகழ்ச்சிகள் யுத்த காண்டம் என்று கூறப்படுகிறது.

மற்றைய ஐந்து காண்டங்களுக்கு இலக்கணத்துக்கு முரணாமல் பெயர் வழங்க இடமேற்பட்டிருக்கிறது. ஆனால் "ஆவோடு அல்லது யகரம் முதலாது" (தொல் - எழுத்து - சூத். 65) என்ற விதிப்படி யுத்த காண்டம் என்ற வழக்குக்குக் கம்பர் காலத்தில் இடமில்லை. எனவே யுத்த காண்டம் என்பது பின்னால் வந்த வழக்கேயாகும். இதை நினைத்தே உயுத்த காண்டம்', 'உத்த காண்டம்' என்றெல்லாம் ஏட்டுப்பிரதிகளில் திருத்திப் பார்த்திருக்கிறார்கள். அச்சுப்பிரதிகளிலும் திருத்தம் இருக்கத்தான் செய்கிறது. நூலினுள் யுத்தம் என்ற சொல்லே பயிலவில்லை என்பது கவனிப்புக்கு உரியதாகும்.

பொதுவாகக் காண்டங்களின் பெயர்கள் கதை நிகழும் இடத்தைப் பொறுத்தே கொடுக்கப்பட்டுள்ளன. சிலப்பதிகாரத்திலும் புகார்க் காண்டம், மதுரைக் காண்டம், வஞ்சிக் காண்டம் என்று கதை நிகழும் இடங்களைக்கொண்டே வகுக்கப்பட்டிருப்பது இங்கே உணரத்தக்கது. அயோத்தி, ஆரணியம், கிட்கிந்தை ஆகிய மூன்று காண்டங்களும் இடங்களைக் குறிக்கின்றன. பாலகாண்டம் அயோத்தியிலும், மதிலையிலும், வழிப்பாதைகளிலும், நிகழ்வதால் அதற்கு இராமனின் பருவங்குறித்துப் பெயர் ஏற்பட்டிருப்பது பொருத்தந்தான். அப்படியே கடற்கரையிலும், இலங்கையிலும் வழிப்பாதைகளிலும் நிகழ்வதால் ஒரு இடப்பெயரைக் கொடாமல் 'சுந்தர காண்டம்' என்று பெயர் கொடுக்கப்பட்டிருக்கிறது போலும். ஆனால் யுத்தகாண்டத்தின் முக்கியப்பகுதி முழுமையும் இலங்கை யிலேயே நடை பெற்றிருப்பதால் அதற்கு 'இலங்கைக் காண்டம்' என்ற பெயர் பொருத்தமாக இருக்கும் என்று தோன்றுகிறது.

படலங்கள்

கம்பர் பாடல்களில் எவ்வளவு பாடபேதங்களும், செருகும் உள்ளனவோ அவ்வளவு பேதங்கள் படலங்களின் பெயர்களிலும் ஏற்பட்டிருக்கின்றன. இன்றுள்ள அச்சுப்பிரதிகளிலும், ஏட்டுப்பிரதிகள் பலவற்றுள்ளும் காணப்படும் படலங்களின் பெயர்கள் 260. ஆனால் இவைகளுள் 113 பெயர்களைத் தாம் இதுவரை அச்சிட்ட எல்லாரும் கைக்கொண்டிருக்கிறார்கள். இந்த 113 பெயர்களைத் தவிர எஞ்சியுள்ள 147 படலப் பெயர்கள் வேண்டாத செருகுகள் என முன்பே கருதப்பட்டுள்ளன. படலத் தலைப்பு மட்டும் அல்ல; தலைப்பின் கீழ் உள்ள நூற்றுக் கணக்கான பாடல்களையும் சேர்த்துக்கொள்ளாமல் 'செருகு' என்று தள்ளிவிட்டிருக்கின்றனர். ஏட்டுப் பிரதிகளில் உள்ள படலங்களின் பெயர்கள் 260-ஐயும் இதன் கீழ்த் தந்திருக்கிறேன். அவற்றுள் எண் இடப்பட்டிருப்பவைதாம் அச்சுப் பிரதிகளில் ஆளப்பட்டுள்ளன.

1. பாலகாண்டம்

1. ஆற்றுப் படலம்
2. நாட்டுப் படலம்
3. நகரப் படலம்
4. அரசியற் படலம்
5. திருவவதாரப் படலம்
6. கையடைப் படலம்
7. தாடகை வதைப் படலம்
8. வேள்விப் படலம்

    கவுசிகையாற்றுப் படலம்

    மாவலி மாண்டப் படலம்

    மாவலி ஆண்மைப் படலம்

    மாவலி அரணப் படலம்

    மாவலி அரண்புகு படலம்

9. அகலிகைப் படலம்

துருவாசப் படலம்

கங்கை வரலாற்றுப் படலம்

கங்கையாற்றுப் படலம்

10. மிதிலைக் காட்சிப் படலம்

மிதிலை காண் படலம்

கைக்கிளைப் படலம்

விசுவாமித்திரப் படலம்

கோசிகப் படலம்

கவுசிகப் படலம்

காட்சிப் படலம்

11. குலமுறைக் கிளத்துப் படலம்

முதன்முறைப் படலம்

வரலாற்றுப் படலம்

12. கார்முகப் படலம்

13. எழுச்சிப் படலம்

14. வரைக் காட்சிப் படலம்

சந்திரசைலப் படலம்

15. பூக்கொய் படலம்

16. புனல் விளையாட்டுப் படலம்

நீர்விளையாட்டுப் படலம்

17. உண்டாட்டுப் படலம்

மாலைப் படலம்

18. எதிர்கொள் படலம்

எதிர் எழுச்சிப் படலம்

எதிர்கொண்ட படலம்

எதிர்கோட் படலம்

மகட்காட்சிப் படலம்

19. உலாவியற் படலம்
    உலாவியருள் படலம்
    உலாவு படலம்
20. கோலங்காண் படலம்
21. கடிமணப் படலம்
22. பரசுராமப் படலாம்
    சிலைக்கோட் படலம்

2. அயோத்திக் காண்டம்

1. மந்திரப் படலம்
2. மந்தரை சூழ்ச்சிப் படலம்
   மந்தரைப் படலம்
   வசிட்டன் உபதேசப் படலம்
   நலந்திரிப் படலம்
3. கைகேசி சூழ்வினைப் படலம்
   முடி தவிர்த்தப் படலம்
   கைகேசிப் படலம்
   சூழ்வினைப் படலம்
   மன்பதை மகிழ்ச்சிப் படலம்
   விடைபெறுப் படலம்
   சாப வசனப் படலம்
   சூழ்வினைக் கேள்விப் படலம்
4. நகர் நீங்குப் படலம்
5. தைல மாட்டு படலம்
   சுமந்திரன் மீட்சிப் படலம்
   இலம்பாட்டுப் படலம்
   தசரதன் மோட்சப் படலம்

6. கங்கைப் படலம்
    வழிநடைப் படலம்
    குகப் படலம்

7. வனம் புகுப் படலம்

8. சித்திர கூடப் படலம்

9. பள்ளி படைப் படலம்
    பள்ளியடைப் படலம்
    பரதன் நகர்புகு படலம்
    தகனஞ்செய் படலம்

10. ஆறு செல் படலம்
    ஆற்றுப் படலம்
    பரதன் எழுச்சிப் படலம்
    ஆறுசென்றடிதொழுப் படலம்

11. குகப் படலம்
    கங்கைப் படலம்
    கங்கைக் காண் படலம்

12. திருவடி சூட்டு படலம்
    கிளைகண்டு நீங்கு படலம்
    பரத்துவன் இருக்கை மேவுப் படலம்
    பரதன் காட்சிபெற்று மீள் படலம்

3. ஆரணிய காண்டம்

1. விராதன் வதைப் படலம்
2. சரபங்கர் பிறப்பு நீங்கு படலம்
    சரபங்கர் படலம்
3. அகத்தியப் படலம்
4. சடாயுகாண் படலம்

சடாயுப் படலம்

5. சூர்ப்பணகைப் படலம்
   பஞ்சவடிப் படலம்
   சூர்ப்பநகி மூக்கரிப் படலம்

6. கரன் வதைப் படலம்
   திரிசிரா வதைப் படலம்
   தூடணன் வதைப் படலம்

7. மாரீசன் வதைப் படலம்
   சூர்ப்பணகை சூழ்ச்சிப் படலம்

8. சடாயு உயிர்நீத்தப் படலம்
   சடாயு மோக்ஷப் படலம்
   சடாயு வதைப் படலம்

9. அயோமுகிப் படலம்

10. கவந்தப் படலம்
    கவந்தன் வதைப் படலம்
    கவந்தன் படலம்

11. சவரி பிறப்பு நீங்கு படலம்

4. கிட்கிந்தா காண்டம்

1. பம்பைப் படலம்
   பம்பா நதிப் படலம்

2. மராமரப் படலம்
   அனுமப் படலம்
   நட்புப் படலம்
   நட்புக்கோட் படலம்
   சுக்கிரீவன் நட்புக்கோட் படலம்

3. துந்துபிப் படலம்

4. கலன் காண் படலம்
5. வாலிவதைப் படலம்
   வாலி மோக்ஷப் படலம்
6. அரசியற் படலம்
7. கார்காலப் படலம்
   சரற் காலப் படலம்
8. கிஷ்கிந்தைப் படலம்
9. தானைகாண் படலம்
   வானரத் தானைகாண் படலம்
10. நாடவிட்டப் படலம்
11. பிலநீங்கு படலம்
    பிலம்புக்கு நீங்கு படலம்
12. ஆறு செல் படலம்
13. ஆற்றுப் படலம்
14. சம்பாதிப் படலம்
15. மகேந்திரப் படலம்

5. சுந்தர காண்டம்

1. கடறாவு படலம்
   கடல் தாவு படலம்
2. ஊர்தேடு படலம்
   நிலாத் தோற்று படலம்
   இலங்காதேவிப் படலம்
   இலங்கை மாதேவிப் படலம்
3. காட்சிப் படலம்
4. நிந்தனைப் படலம்

5. உருக்காட்டு படலம்
    விசுவரூபப் படலம்
6. சூளாமணிப் படலம்
    சூடாமணிப் படலம்
7. பொழிலிறுத்த படலம்
8. கிங்கரர் வதைப் படலம்
    கிங்கிலியர் வதைப் படலம்
9. சம்பு மாலி வதைப் படலம்
10. பஞ்ச சேனாபதிகள் வதைப் படலம்
11. அட்ச குமாரன் வதைப் படலம்
    அக்கன் வதைப் படலம்
12. பாசப் படலம்
13. பிணி வீட்டு படலம்
    பிணிவிடுப் படலம்
14. இலங்கை எரியூட்டு படலம்
    ஊர்சுடு படலம்
15. திருவடி தொழுதப் படலம்
    அனுமான் திருவடி தொழுதப் படலம்
    திருவடி தொழுப் படலம்
    மீட்சிப் படலம்

6. யுத்த காண்டம்

1. கடல் காண் படலம்
2. மந்திரப் படலம்
    இராவணன் மந்திரப் படலம்
    இராவணன் மந்திர விசாரப்படலம்

3. இரணியன் வதைப் படலம்
   இரணியன் கதைப் படலம்
4. விபீடணனடைக்கலப் படலம்
   வீடணனடைக்கலப் படலம்
5. இலங்கை கேள்விப் படலம்
   இலங்கை அளவறி படலம்
   ஒன்னார் வலியறி படலம்
6. வருணனை வழிவேண்டு படலம்
   கடல் சீறியப் படலம்
   வருணன் அடைக்கலப் படலம்
   கடலைச் சீறியப் படலம்
   கடல் சீறியருள் படலம்
7. சேதுபந்தனப் படலம்
   சேதுப் படலம்
   திருவணைப் படலம்
8. ஒற்றுக்கேள்விப் படலம்
   திருவணைசெல் படலம்
9. இலங்கை காண் படலம்
   செருப்பதிப் படலம்
   இராமன் இலங்கை காண் படலம்
10. இராவணன் வானரத் தானை காண் படலம்.
    இராவணன் தானை காண் படலம்.
    கோபுரப் படலம்.
11. மகுட பங்கப் படலம்
12. அணி வகுப்புப் படலம்
    அணிவகுப்பு நகர்க்காவற் படலம்
13. அங்கதன் தூதுப்படலம்

14. முதற்போர் புரி படலம்
15. இராவணன் முதனாளையிற்றோற்ற படலம்
    முதனாளை யுத்தப் படலம்
    முதல்நாள் மகுடபங்கப் படலம்
16. கும்பகருணன் வதைப் படலம்
    கும்பகர்ணப் படலம்
17. மாயா சனகப் படலம்
18. அதிகாயன் வதைப் படலம்
19. நாகபாசப் படலம்
    இந்திரசித்து நாகபாசப் படலம்
    பாசப்படலம்
20. படைத் தலைவர் வதைப் படலம்
21. மகரக் கண்ணன் வதைப் படலம்
22. பிரமாத்திரப் படலம்.
23. சீதை களங்காண் படலம்
    களங்காட்டு படலம்
    பிராட்டி களங்காண் படலம்
    நாச்சியார் களங்காண் படலம்
    சானகி களங்காண் படலம்
24. மருத்து மலைப் படலம்
    மருத்துப் படலம்
25. களியாட்டுப் படலம்
    களியாட்டுப் படலம்
26. மாயா சீதைப் படலம்
27. நிகும்பலை யாகப் படலம்
    நிகும்பலை வேள்விப் படலம்
    நிகும்பலைப் படலம்

28. இந்திரசித்து வதைப் படலம்

இந்திரசெயித்து வதைப் படலம்

29. இராவணன் சோகப் படலம்

30. படைக் காட்சிப் படலம்

31. மூலபல வதைப் படலம்

32. வேலேற்ற படலம்

வேலேற்று படலம்.

33. வானரர் களங்காண் படலம்

வானரச் சேனை களங்காண் படலம்

வானரர் களங்காட்சிப் படலம்

வானரத் தலைவர் களங்காட்சிப் படலம்

களங்காண் படலம்

34. இராவணன் களங்காண் படலம்

தேரேறு படலம்.

35. இராவணன் தேரேறு படலம்

36. இராமன் தேரேறு படலம்

37. இராவணன் வதைப் படலம்

மண்டோதரி சோகப் படலம்

மண்டோதரி புலம்புறு படலம்

வீடணன் வண்டோதரி புலம்பற் படலம்

38. மீட்சிப் படலம்

விபீஷணன் அபிஷேகப் படலம்

பிராட்டி திருவடி தொழுதப் படலம்

பிராட்டியார் திருவடி தொழுதப் படலம்

சீதை திருவடி தொழுதப் படலம்

விபீஷணன் முடிசூட்டு படலம்

விபீஷணன் பட்டாபிஷேகப் படலம்

சீதாபிராட்டி திருவடிதொழு படலம்

கடவுளர் காட்சிப் படலம்
இயமப் படலம்
வசந்தன் உயிர்வரு படலம்
திருவணைச் சிறப்புப் படலம்
பூசைப் படலம்
பரத்துவாசனாச்சிரமப் படலம்
பரத்துவாசப் படலம்
பரதனுயிர்வரு படலம்
பரதன் விரதப் படலம்
குகன் விரதப் படலம்
நகர் புகுப் படலம்.

39. திருமுடி சூட்டு படலம்
திருவபிடேகப் படலம்

40. விடை கொடுத்த படலம்.

இதன்படி *260* விதமாகப் படலங்கள் ஒவ்வொரு பிரதியிலும் வெவ்வேறு வகையில் அமைக்கப்பட்டிருக்கின்றன. எப்படியும் அச்சிடப்பட்ட பிரதிகளில் பதிப்பாசிரியர்கள் தங்கட்குச் சரியென்று தோன்றியபடி படலங்களை அமைத்துக் கொண்டிருக்கின்றனர். எந்தப் பிரதியிலும் *113*–க்கு உட்பட்டே படலங்கள் உள்ளன. பாடலின் தொகையும் பிரதிக்கொரு விதமாகக் கூடவும் குறையவும் அடக்கப்பட்டிருக்கின்றன. உதாரணமாக வை.மு. கோ. பதிப்பில் மராமரப் படலத்தில் *145* பாடல்கள் உள்ளன. நமசிவாய முதலியார் பதிப்பில் *21* பாடல்கள் தாம் படலத்தில் இருக்கின்றன. நமசிவாய முதலியார் பதிப்பில் காணப்படும் அனுமப் படலம், நட்புக்கோட் படலம் இரண்டும் வை.மு.கோ. பதிப்பில் இல்லை. இப்படியே பலமாறுபாடுகள் காணப்படுகின்றன. ஒரு படலம் *9* பாடல்களில் முடிகிறது. ஒரு படலம் *358* பாடல்களைக் கொண்டிருக்கிறது. படலப் பெயர்களும், வகுப்பு முறைகளும் கண்டபடியாகச் சிதைவுபட்டிருக்கின்றன. இவைகளைப்

பார்க்கும்போது நூலே தாறுமாறாகச் சிதைந்துக் கிடந்து சேகரிக்கப்பட்டிருக்கின்றதென்பது தோன்றும்.

இராமனுடைய பக்கமுள்ளோர் அறவழிச் செல்வோர். இராவணனுடைய பக்கமுள்ளவர் மறவழிச் செல்வோர். இப்படி இருபிரிவில் கதை செல்கிறது. ராவணன் தரப்பினரின் இறப்பு 'வதை' என்று கூறப்படுகிறது. இந்த முறைப்படி தாடகை, கரன், கும்பகருணன், இந்திரசித்து, ராவணன் முதலியோருடைய இறப்புப் படலம் எல்லாம் 'வதைப் படலம்' என்று குறிப்பிடப்பட்டிருக்கிறது. இரு தரப்பிலுமின்றி நடுவே இறந்தவர் இருவர். ஒன்று சடாயு. மற்றொன்று வாலி. சடாயு வதைப் படலம் என்றில்லை. இராவணனால் வெட்டிக் கொல்லப் பட்டாலும் "சடாயு உயிர் நீத்த படலம்" என்றே படலப் பெயர் கொடுக்கப்பட்டிருக்கிறது. வாலி இராவணனைச் சேர்ந்தவனல்லன். இருந்தாலும் அவன் இறந்த படலத்துக்கு 'வாலி வதைப் படலம்' என்று பெயர் கொடுக்கப்பட்டிருக்கிறது. இது பொருத்தமன்று. இராமனது அம்பினால் இறந்தவரெல்லாரும் வதைபட்டவரென்ற பிறழ்ந்த எண்ணத்தால் ஏற்பட்ட தவறாகும். இராவணனது கூட்டத்தினரிற் பலரையும் ராமனுடைய அம்புதான் கொன்றது. இராமனை நேரே அவர்கள் கண்டார்கள். அவனைப் பார்த்து மிகவும் பாராட்டி வியந்தவர்களும் பலர். ஆனால் அவர்களில் எவரும் மேலுலகம் சேர்ந்ததாக இல்லை. வாலியை இராமனுடைய அம்பு கொன்றது என்றாலும் அவன் "வானுக்கு அப்புறத்து உலகன் ஆனான்," என்று கூறப்பட்டிருக்கிறது. எனவே வாலியின் மரணம் வதையன்று. ஆகையால் 'வாலிவதைப் படலம்' என்று வழங்காமல் இப்படலத்துக்கு "வாலி வீடுற்ற படலம்" என்று பெயர் கொடுக்கப்படலாம்.

பாடல்கள்

கம்பர் இராமகாதையில் பாடிவைத்த பாடல்கள் எத்தனை என்பது தெரியவில்லை. தெரிய வழியுமில்லை. வான்மீகி முனிவர் 24,000 சுலோகத்தில் பாடினாரென்றும், அதை கம்பர் 12,000 பாடல்களில் பாடினார் என்றும்

கூறப்படுகிறது. அப்படியானால் உத்தரகாண்டத்தையும் கம்பர் பாடினார் என்று தானே கொள்ளவேண்டும்.

'கரைசெறி காண்டம் ஏழு' என்ற பாடலில் கம்பர் ஏழு காண்டத்தையும் பாடினார் என்று தெளிவாகக் கூறப்படுகிறது. இன்றுள்ள உத்தரகாண்டமும் கம்பர் பாடினதென்றே கருதப்பட்டு வந்திருக்கிறதென்பதில் ஐயமில்லை. ஆனால் கம்பர் பாடியது யுத்த காண்டம் வரைதான்; உத்தரகாண்டம் ஒட்டக்கூத்தர் பாடியது என்று கண்டு பிடித்திருக்கிறார்கள். அச்சிட்ட பிரதிகளில் "ஒட்டக்கூத்தர் செய்தருளிய உத்தரகாண்டம்" என்று குறிப்பிடப் பட்டிருக்கிறது. கம்பராமாயண ஏட்டின் கடைசியில் இதைக் கோத்து வைத்திருந்ததால் வந்த வினையாகும். இது எல்லாம் சேர்ந்து அச்சுக்கு வந்த பாடல்களின் கணக்கை இங்கே தருகிறேன்.

பால காண்டம்	1399
அயோத்திக் காண்டம்	1212
ஆரணிய காண்டம்	1203
கிட்கிந்தைக் காண்டம்	1053
சுந்தர காண்டம்	1334
யுத்த காண்டம்	4358
ஆகப் பாடல்கள்	10,559
உத்தர காண்டம்	1,510
	12,069

கம்பராமாயணத்தில், யுத்தகாண்டம் வரையுள்ள 6 காண்டங்களில் உள்ள படலங்கள் (அச்சுப் பிரதிகளின்படி) 113. இவற்றைப்பற்றிய பாடல் ஒன்று கம்பராமாயணப் பிரதிகளில் இருக்கிறது.

கரைசெறி காண்டம் ஏழு;
 கதைகள்ஆ யிரத்தெண் ணூறு;
பரவுறு சமரம் பத்து;
 படலம் நூற்று இருபத்து எட்டே
உரைசெயும் விருத்தம் பன்னீர்

ஆயிரத்து ஒருபத்து ஆறு;
வரம்மிகு கம்பன் சொன்ன
வண்ணமும் தொண்ணூற்று ஆறே.

இதில் கம்பர் பாடிய காண்டங்கள் 7. படலங்கள் 128. பாடல்கள் 12,016. என்றாகிறது. இது ஒரு காலத்தில் கொள்ளப்பட்ட கருத்து. யுத்தகாண்டம் வரையுள்ள படலங்கள் 113-ம், உத்தரகாண்டத்திலுள்ள படலங்கள் 17-ம் சேர்ந்தால் மொத்தம் 130 படலங்களாகும். உத்தரகாண்டம் கம்பர் பாடவில்லை என்று பின்னாளில் உறுதிப்பட்டுவிட்டபடியால், இப்பாடல் செல்லாக் காசாகி விட்டது என்று கூறவேண்டியதில்லை.

பாடல்களின் வரிசை மாறி இருப்பதற்கு ஒரு கணக்கே இல்லை. ஒவ்வொரு படலத்திலும் பாடல் வரிசை மாறி மாறி இருப்பது சர்வ சாதாரணமாக இருக்கிறது. உதாரணமாக உண்டாட்டுப் படலத்தைப் பார்க்கலாம். இப்பொழுது வழங்கும் அச்சுப் பிரதிகளில் கொடுக்கப்பட்டிருக்கிற வரிசை எண்ணுக்கு உள்ள பாடல்கள், வேறு சில ஏட்டுப் பிரதிகளில் பெற்றிருக்கும் வரிசை விவரத்தை இங்கே தருகிறேன்.

21, 20, 24, 22, 26, 25, 28, 29, 33, 34 35, 36, 37, 23, 30, 31, 32, 27, 38, 39, 40, 45, 48, 41, 42, 51, 43, 44, 46, 47, 49, 50, 53, 52.

இதைக் கவனித்தால் பாடல்களின் வரிசை எப்படித் தட்டுக்கெட்டிருக்கின்றது என்பது தெரிய வரும்.

எதிர்ப்புக்கள்

வடமொழிப் பிரியர்கள்

கம்பர் இராம காதையைப் பாடி முடித்த பின்னர், அதை அரங்கேற்ற வெகு பாடு பட்டாரென்று தெரிகிறது. அந்தக் காலத்தில் அச்சிட்டு ஆயிரக்கணக்கில் புத்தகங்களாக வெளியிட முடியாது. புலவர்களிடந்தான் ஏடுகள் இருக்கும். அவர்கள் விரும்புகிற நூல்களைத்தான் நகல் எடுத்து வைத்துக் கொள்வார்கள். விரும்பிய நூல்களைத்தான் மாணவர்க்குக் கற்றுக்கொடுப்பார்கள். விரும்பினால்த்தான் பிறரை நகல் எழுதிக்கொள்ள அனுமதிப்பார்கள். அவர்கள் நல்ல நூல் என்று சொன்னால்த்தான் அது வெளியே பரவமுடியும். நூல் பயில வேறு வழியே கிடையாது. இத்தொல்லையைக் கடப்பதற்காகத்தான் அரங்கேற்றம் ஏற்பட்டது. அரங்கேற்றப் படாத – அதாவது குறிப்பிட்டபுலவர்களால் ஒப்புக் கொள்ளப்படாத – நூல்களை சாதாரணப் புலவரும் கையாளமாட்டார்; அரசாங்கமும் பறிமுதல் செய்யக் கூடும். இந்நிலையில் இராம காதையை அரங்கேற்றாமல் முடியுமா? கம்பரும் சடையப்ப வள்ளலும் பிற நண்பர்களும் அரங்கேற்ற முயன்றார்கள் – திருவரங்கத்திலும், திருத்தில்லையிலும் பெரும்புலவர்கள் இருந்தபடியால் அவர்களிடம் முதல் முயற்சியைத் தொடங்கினார்கள். வான்மீகி முனிவரின் இராமாயணத்திற்குப் பெரும்பகுதி முரணாகப் பாடப்பட்டுள்ள கம்பரின் நூலை அவர்கள் ஏற்றுக்கொள்ள விரும்பவில்லை. வான்மீகி முனிவரின் இராமாயணத்தைப் பல இடங்களில் மறுத்தும், திருத்தியும் கம்பர் கூறுகிற கட்டங்கள் பல. வான்மீகி முனிவர் தவறிய இடங்களையெல்லாம் எடுத்துப்

பேசித் திருத்தி ஒழுங்கு செய்த மாதிரியாகக் கதைப் போக்கில் மாறுதல் செய்யப்பட்டிருக்கிறது. கவிதை நயத்திலும் வான்மீகியைக் கம்பர் மிஞ்சியிருக்கிறார் என்று கருத இடமேற்பட்டிருக்கிறது.

"மனித இதயத்தின் உணர்ச்சிகளையும் பாவங்களையும், இயக்கங்களையும் வர்ணிக்கையில் கம்பன் வால்மீகியைத் தனக்குப் பின்னே வெகு தூரத்தில் நிறுத்திவிடுகிறான்,"

என்று வ.வே.சு.அய்யரவர்கள் எழுதியிருக்கிறார்கள். இவையெல்லாம் அன்றும் உணரப்பட்டுத்தானிருக்கும். எனவே 'இராம காதை' வான்மீகி ராமாயணத்தை எதிர்த்து நிற்கிறதென்ற உணர்ச்சியை வடமொழி அபிமானம் நிறைந்தவர்கள் எதிர்க்காமலிருக்க முடியாது. இராம காதை வெளிவருமானால் வான்மீகி ராமாயணப் பிரசாரம் பாதிக்கப்படும். இந்தக் காரணங்களைத் தில்லையிலிருந்த புலவர்களும், திருவரங்கத்திலிருந்த புலவர்களும் உணர்ந்தார்கள். கம்பரின் நூலினது உயர்வைத் தெரிந்து பாராட்ட ஒருபுறம் மனமிருந்தாலும் வான்மீகி முனிவரின் நூலுக்குக் குறைவேற்படுமோ என்ற ஐயத்தால் ஏற்க முடியவில்லை. எனவே வடமொழியிலும், வான்மீகத்திலும் பற்றுக்கொண்டவர் எவரும் கம்பரது காவியத்தை அரங்கேற்றுவதற்கு ஆதரவு அளிக்க இயலாமற் போய்விட்டது. இந்நிகழ்ச்சியால் கம்பர் பட்ட மனவேதனையைக் காட்டிலும் சடையப்பரும் பிற நண்பர்களும் பட்ட வருத்தம் மிகப்பெரிதாகும்.

கம்பரைப் பற்றிய கர்ணபரம்பரைக் கதையில் அவர் பலகாலம் திருவரங்கத்திலும், திருத்தில்லையிலும் தன் நூலை அரங்கேற்றக் காத்துக் கிடந்தார் என்றும், இறந்துபோன பிள்ளையைப் பிழைக்க வைத்தாரென்றும், பின்னரும் அவர்கள் 'இராம காதையை' ஒப்புக் கொள்ளவில்லை என்றும், கடைசியாகத்தான் ஒப்புக்கொண்டார்களென்றும் மங்களமாகக் கதை முடிக்கப்பட்டிருக்கிறது. அப்படியே அவர்கள் ஒப்புக்கொண்டிருந்தாலும் எதிர்ப்புக் குறைந்தபாடில்லை. பரம்பரையாக இன்றுவரை வான்மீகத்தை முன்னிறுத்திக் கம்பருடைய, 'இராம காதையைத்' தாழ்த்திப்

பேச வடமொழிப் பிரியர் சிறிதும் தயங்குவதில்லை என்பது கண்கூடு.

எல்லாப் புலவரும் ஒப்புக்கொண்டு, பிறகு எதிர்த்து வந்தார்களென்று கூறுவதை விட, ஒப்புக்கொள்ளவில்லை என்பதுதான் நடந்த நிகழ்ச்சியாகப்படுகிறது. ஏனெனில் இந்த எதிர்ப்பினால்த் தான் திருவரங்கத்திலோ திருத்தில்லையிலோ 'இராம காதையை' அரங்கேற்ற முடியாமற் போய்விட்டது. ஆயினும் எவ்வளவோ பேர் கம்பரையும், அவர் நூலையும் பாராட்டுபவர்கள் அன்றும் இருக்கத்தானே செய்திருப்பார்கள்? பின்னர், அவர்களையெல்லாம் ஒன்று சேர்த்துத் திருவெண்ணெய் நல்லூரில் மாபெரும் புலவர் குழுவினிடையே நூல் அரங்கேற்றப் பெற்றிருக்கிறது. இதிலிருந்துதான் வடமொழி, தென்மொழிப் பூசல்களும், கட்சிகளும் பெருகினவோ என்றுகூடத் தோன்றுகிறது.

சைவர்கள்

'இராம காதையைச்' சைவர்கள் ஆதரிக்கவில்லை, எதிர்த்தார்கள். அது சைவ – வைணவப் பூசல் நாள்தோறும் வளர்ந்து முற்றிய காலம். அப்பொழுது இந்நூலை சைவர்கள் எதிர்த்ததற்குக் காரணம் இது ஒரு வைணவ நூல் என்பதே ஆகும். மேலும் வாலி ஒரு சிவபக்தன். சிவபூசை செய்து, சிவனையே தெய்வமாக உறுதி பூண்டவன். அவனை அநியாயமாகக் கொன்று நன்மை புரிந்ததாக உள்ள நூலை ஆதரிக்கக் கூடாதென்றும், சிவபெருமானுக்குப் பரத்துவம் சொல்லப்படவில்லையாதலால் ஆதரிக்கக் கூடாது என்றும் எதிர்த்தனர். வாலி, வாலி யார் என்று தேவாரத்தில் பாராட்டப் பட்டிருக்கிறார். இராவணன் மனைவியான மண்டோதரி திருவாசகத்தில் பாராட்டப் படுகிறாள். இன்றும் 'இராம காதை'க்கு சைவர்களின் எதிர்ப்பு அதிகமாக இருந்து வருகிறதென்பது கண்கூடான விஷயம். 'இராம காதை' என்றால் உடனே பெரிய புராணம் என்று சைவ மெய்யன்பர்கள் முறுகி எழுவதைக் காணலாம். சிறந்த பதிப்பாசிரியர்களான ஆறுமுக நாவலரவர்களும், மகாமகோபாத்தியாய சாமிநாதய்யரவர்களும் இந்நூலைப்

பதிப்பிக்கவில்லை. மடங்களும் பதிப்பிக்க முற்படவில்லை. தமிழில் தலைதூக்கி நிற்கும் கம்பர் காவியத்தைத் தமிழை வளர்க்கும் பணிபூண்டுள்ள இப்பதிப்பாளரும் மடாதீனங்களும் ஏன் பதிப்பிக்கவில்லை என்று கேட்காமல் இருக்க முடியுமா? எவ்வளவு மட்டமான நூல்களெல்லாம் பதிப்பிக்கப்பட்டிருக்கின்றன!

வைணவர்

வைணவர்க்கும் 'இராம காதை' பெரிய ஆதரவைச் செய்து விடவில்லை. திருப்பாற் கடலிலிருந்து, திருமால் இராமனாக வந்து அவதரித்தார் என்பதைத் தவிர வேறு வைணவ சமய தீவிரவாதிகட்கு ஒரு ஆதரவுமில்லை. மேலும் சிவபெருமானைத் தாக்கித் திட்டிக் கம்பர் கவிதைகளை எழுதவில்லை. சிவ பெருமானைப் பற்றி அவருடைய அற்புதப் பாடல்களில் முடிந்த வரை சிறப்பித்துக் கூறத் தவறவில்லை. இக்காரணங்களால் வைணவர்களும், 'இராம காதையைச்' சமய நூலாகக் கொண்டு பெரிய ஆதரவு காட்டிப் பாராட்ட முடியாமற் போய்விட்டது. கம்பர் காலத்திலிருந்து தமிழ் நாட்டில் மக்கள் பெரும்பாலும் சமயவழியில் பலகூறாகப் பிரிந்து, சமயப் பிரசாரத்தில் கண், தலை தெரியாமல் ஈடுபட்டு, ஒருவருடன் ஒருவர் எதிர்த்துப் பலவிதமான பூசல்களில் சுழன்று சீரழிந்திருக்கின்றனர். அப்படியே மக்கள் வாழ்வில் ஒட்டிய கம்பருடைய 'இராம காதையும்' இழுபட்டிருப்பதில் அதிசயம் ஒன்றுமில்லை.

அரசியல்

கம்பர் தம்முடைய நூலில் எப்படி இலக்கியப் புரட்சி செய்து, புதுக் கருத்துக்களைத் தெரிவித்தாரோ அப்படியே அரசியல் நெறியிலும் பெரிய புரட்சிக் கருத்துக்களை வெளியிட்டிருக்கிறார். இயற்கையாகவே பொறுப்புள்ள பெரும் புலவர்கள் அரசியல் நெறியில் கலவாதிருக்க முடியாது. முன்னாள் புலவர்கள் பெரும்பாலும் அரசியலில் கலந்திருந்தவரேயாவர் என்பது நூல் வரலாறுகளால் அறியக் கிடக்கிறது. புறநானூற்றில்,

> நெல்லும் உயிர் அன்றே!
> நீரும் உயிர் அன்றே!
> மன்னன் உயிர்த்தே
> மலர்தலை உலகம்!

என்று கூறப்பட்டிருக்கிறது. "திருவுடை மன்னரைக் காணில் திருமாலைக் கண்டேனே என்னும்" என்று ஆழ்வார் அருளியிருக்கிறார். பரம்பரையாகத் தொடர்ந்து வந்த இந்தப் பழந்தமிழர் கோட்பாட்டை,

> "செயிர் இலா உலகினில்ச் சென்று நின்றுவாழ்
> உயிரெலாம் உறைவதுஓர் உடம்பும் ஆயினான்."
> "உடல் அன்ன மன்னவன்"

என்று மறுக்கிறார். கம்பர் அரசியல் கருத்து காரணமாகப் பெரும் எதிர்ப்புக்கும் இன்னல்களுக்கும் ஆளானார் என்பது தள்ள முடியாத உண்மையாகும். இதனை,

> காதம் இருபத்து நான்கு ஒழியக் காசினியை
> ஓதக் கடல்கொண்டு ஒழித்ததோ-மேதினியில்
> கொல்லிமலைத் தேன்சொரியும் கொற்றவா நீ முனிந்தால்
> இல்லையோ எங்கட்கு இடம்.

என்ற பாடலைக்கொண்டே உணரலாம். மேலும், அவருடைய நூலில் எங்கும் இல்லாத விதமாகப் படல அமைப்பு ஏற்பட்டிருக்கிறது. நாட்டுப்படலம், நகரப்படலம் என்ற இரண்டுக்குப் பிறகு, அரசியற் படலம் காணப்படுகிறது. இதனாலேயே அரசியலில் அவருக்கிருந்த ஆர்வம் புலனாகிறதல்லவா? மேலும் ஏகாதிபத்தியப் புரட்சிக்கான பாடல்கள் திகழ்கின்றன. அரசன் ஏகபோகமாக வாழ்பவன் என்ற கொள்கையைச் சிதைக்கிறார். மக்களின் உயிராக விளங்குபவன் அரசன் என்ற பண்டைக்கால அரசு நெறிமுறைத் தத்துவத்தையே தூளாக்கி விட்டிருக்கிறார். இதனாலேயே இந்நூல் அரசியலாரின் பெரும் எதிர்ப்புக்கு இலக்காகியிருக்கிறது. நூலாசிரியன் புறக்கணிக்கப்பட்டு, நாடுகடத்தப்படும்போது அவனுடைய நூல் பறிமுதலாவதும் இயல்பு. அப்படியே இந்நூல் பறிமுதலாக்கப்பட்டிருக்கிறது. பல ஆண்டுகள் வரை ஏடுகளை வைத்திருக்கமுடியாமல்

புலவர்களும் மக்களும் இடர்ப்பட்டிருக்கவேண்டும். தவிர, நூல் பாடிய கம்பர் அரசியல் தொல்லைக்கு ஆளாகி மறைந்திருக்க நேர்ந்த காலங்களில், இந்நூல் பலவாறு சிதைந்துபோய்க்கொண்டிருந்த படியாலும், மேற்கோள் காட்டிய புலவர்க்கும் தண்டனை ஏற்படும் நிலை இருந்ததாலும், மேற்கோள் காட்டும் புலவர்களை வடமொழி அபிமானிகள் புறக்கணித்ததாலும் இந்நூலை உரையாசிரியர் மேற்கொள்ள முடியாது போயிருக்கிறது போலும். உரையாசிரியர் எல்லாரும் வடமொழி நூல்களை முரணாது இருக்கிற தமிழ் நூல்களுக்கு, அந்த முறையை ஆதாரமாக வைத்துக்கொண்டே, பெரும்பாலும் உரை எழுதியுள்ளனர் என்ற உண்மை உணரத்தக்கதொன்றாகும். எனவே அவர்கள் வான்மீகியுடன் நேரே முரண்பட்ட கம்பரை மேற்கோள் காட்ட முற்படாமை அதிசயிக்கத்தக்க தொன்றல்ல.

பாலகாண்டத்திலுள்ள அரசியற்படலமும், கிட்கிந்தைக் காண்டத்திலுள்ள அரசியற்படலமும் சிதைந்து சீரழிந்திருப்பது தெளிவாக விளங்குகிறது. பாலகாண்ட அரசியற்படலத்தில் 12 பாடல்கள்தாம் இருக்கின்றன. அவற்றுள் உருப்படியான பாடல்களாக ஏழெட்டுத் தேறக்கூடும். இந்தப் படலம் 100 பாடல்களையாவது கொண்டு தலைநிமிர்ந்து நின்றிருக்கவேண்டும். கம்பர் மனமார நூலின் முகப்பில் தனிப்படலம் அமைத்துப் பாடத்தொடங்கி 10-12 பாடலிலா முடித்திருப்பார்? போய்விட்டன! இது ஒரு ஈடு செய்ய முடியாத நட்டந்தான்! இப்படியே கிட்கிந்தா காண்டத்தில் சுக்கிரீவனுக்கு அரசு நெறிமுறையை வகுத்து இராமன் கூறினார் என்று கருதும்படி ஒரு அரசியற்படலம் இருக்கிறது. இதில் 54 பாடல்கள் உள்ளன. 54 பாடல்களில் அரசநீதி கூறும் பாடல்கள் 9 தாம். இந்த நீதியும் உயிரின்றிச் சப்பென்றிருக்கிறது. யுத்தகாண்டத்தில் கணக்கில்லாத பாடல்கள் போர் நடப்பைப் பற்றி உரைக்கின்றன. 100-க்கு 10 பாடல்கூட வெற்றிகரமாக இருக்கவில்லை. தாடகைவதை கரதூடணர்வதை ஆகிய இடங்களில் போர்கூறும் பாடல்கள் அருமையாக அமைந்துள்ளன. அப்படிப்பட்ட போக்கில் யுத்தகாண்டப் போர்ப்பாடல்கள் அமையவில்லை. இதனால்,

"கம்பர் யுத்தகாண்டம் பாடும்போது, சலித்துப்போய் விட்டார் போல இருக்கிறது. இது கவனிக்கப்படவேண்டிய விஷயம்" என்று நாட்டரசன் கோட்டையில் பேசும்போது, பன்மொழிப் புலவர் டி.பி.மீனாட்சிசுந்தரனார் கூறினார். யுத்தகாண்டத்தில் போர்கூறும் இடம் தவிர மற்றெல்லா இடங்களிலும் முந்திய காண்டப் பாடல்களிற் குறைவுபடாமலே பாடல்கள் அமைந்திருக்கின்றன. அப்படியிருக்கப் போர்ப்பாடல்கள் மட்டும் மட்டமாகப் போவானேன்? போர்ப்பாடல்கள் பறிமுதலாகி வழக்கற்று நின்றிருக்கின்றன என்பதேயாகும். அப்பாடல்கள் பறிமுதலாகிவிட்ட படியாலும் முன்பின் தொடர்பு கருதாமல் போரைப் பற்றி எளிதாகப் பாடமுடிந்தபடியாலும் இங்கேதான் செருகுவார்க்கு வாய்ப்பு நிரம்பக்கிடைத்திருக்கிறது. மட்டமான பாடல்கள் யுத்தகாண்டத்தில்தான் குவிந்து கிடக்கின்றன.

செருகு கவிகள்

தமிழ் நூல்களில் மற்றவர்களால் பாடப்பட்டுப் பலபாடல்கள் செருகப்பட்டுள்ளன, என்பதை எந்தப் புலவரும் மறுப்பதில்லை. வெள்ளியம்பலத் தம்பிரான் என்பவர் பாடல்களைப்பாடி ஒவ்வொரு தமிழ் நூலிலும் இடையிடையே சேர்த்திருக்கிறாரென்பது புலவர்கள் கண்டறிந்ததாகும். தம்முடைய கவிகளும் எல்லா நூல்களிலும் சேர்ந்திருக்கட்டும் என்று அவர் கருதினாராம். அம்மாதிரி செருகப்பட்ட பாடல்களில் பல கண்டுபிடிக்கப்படுகின்றன. அவற்றைப் புலவருலகம் 'வெள்ளி பாடல்' என்று பெயரிட்டழைக்கிறது. இப்படி வெறுப்போ, விருப்போ, இல்லாமல் பாடல்களைப் பாடிச் சேர்ப்பவர் ஒருபுறமிருக்க, கொள்கைகளை வற்புறுத்துதற்காகப் பலர் பல பாடல்களைப் பாடிச் சேர்த்திருக்கின்றனர். இராம காதை, கம்பர் இருக்கும்போதே பலராலும் படிக்கப்பட்டுப் பிரசாரம் செய்யத்தக்கதொரு நூலாகிவிட்டது. 'கம்பராமாயணப் பிரசங்கிகள்' என்றே பலரிருந்திருக்கின்றனர். புரட்டாசி மாதங்களில் எங்கும் கம்பராமாயணம் படிக்கப்படுவதைப் பார்க்கலாம். இராம காதையில் தமிழக மக்கள் அளவுகடந்து ஈடுபட்டனர். மக்கள் உள்ளத்தை இராம காதை இழுத்த மாதிரி மற்றைய நூல்கள் இழுக்கவில்லை. எனவே பக்தியினாலும், பிழைப்புக்காகவும், பெருமைக்காகவும், கல்வி நயத்துக்காகவும் பாராட்டிப் பிரசாரம் செய்ய முற்பட்டிருக்கின்றனர். இங்கே மட்டுமல்ல தெலுங்க நாட்டிலும், கன்னட நாட்டிலும் கம்பராமாயணம் தெலுங்கு, கன்னட மொழிகளில் எழுதப்பட்டுப் பிரசாரம் செய்யப்பட்டிருக்கிறது. வால்மீகி ராமாயணத்தை வைத்துத் தமிழில் பிரசங்கம் புரிகிற

பாகவதர்களைப் போல, 'கம்பராமாயணத்தை'த் தெலுங்கு கன்னட மொழிகளில் பிரசங்கம் புரிபவர் பலராயினர். கன்னட நாட்டில் கம்பராமாயண ராமப்பா என்ற பிரபல வித்துவான் இருந்ததாகச் சாசனங்கள் கூறுகின்றன. இப்படி இராமாயணத்தில் ஈடுபட்டுக் கூட்டம்கூட ஆரம்பிக்கவே, கம்பர் காவியப் பயிற்சியற்றவர் புலவரல்லர் என்றாகிவிட்டபடியால், இராமாயணத்தில் விருப்பமில்லாதவரும் – எதிரிகளுங்கூட, இப்பிரசாரத்தில் தலைப்பட வேண்டியதாயிற்று. எனவே தங்கள் கொள்கைக்கும் விருப்பத்துக்கும் ஏற்ப, தங்கள் மனம் போனபடி பாடல்களை எழுதி ஏட்டில் கோத்துக்கொண்டு இவற்றையும் கம்பர் பாடியிருக்கிறார் என்று பிரசாரம் செய்யப் பின்வாங்கினார்களில்லையெனத் தோற்றுகிறது. எப்படியோ 'கம்பராமாயண' ஏடு கனத்து வந்திருக்கிறது. நாட்டுப் படலத்தில்,

முந்துமுக் கனியின் ஆனா
முதிரையின் முழுத்த நெய்யில்
செந்தயிர்க் கண்டம் கண்டம்
இடையிடைச் செறிந்த சோற்றில்
தந்தமில் இருந்து தாமும்
விருந்தொடும் தமரினோடும்
அந்தணர் அமுதர் உண்டி
அயில்வுறும் அமலைத் தெங்கும் (நாடு 22)

என்ற பாடல் இருக்கிறது. அளவுகடந்த மேம்பாடான சாப்பாட்டை உண்டு ஆரவாரிக்கும் ஓசை நாடு முழுமையும் கேட்கும் என்று இதில் கூறப் பட்டிருக்கிறது. இது நியாயமாக நாட்டு மக்கள் உணவுக்குப் பஞ்சப் படாமல் பெருமிதமாக உண்டுகளித்தார்கள் என்று கூறவேண்டிய இடம். இதில் அந்தணர் வீடுகள் மட்டும் இப்படி உண்ட களிப்பைக் கொண்டிருந்தன என்று கூறவேண்டியதில்லை. நாடு முழுமையும் வண்மை இல்லை ஓர் வறுமை இன்மையால்; 'மதியினை நகுவன வனிதையர் வதனம்' 'பாலினூட்டுவார் செங்கைப் பங்கயம்,' 'வால் நிலா உறக் குவிவ மானுமே,' 'சிறிய மங்கையர் தேயும் மருங்குலே,' 'வெறியவும் அவர்

மென்மலர்க் கூந்தலே', 'பெருந்தடங்கண் பிறைநுதலார்க் கெலாம் விருந்துமன்றி விளைவன யாவையே', 'குலஞ்சுரக்கும் ஒழுக்கம் குடிக்கெலாம்,' இப்படியாக நாடும் நாட்டு மக்களும் சிறந்திருந்தார்கள் என்பதை எடுத்துப் பொதுவாகக்கூறிய கம்பர், அந்தணர் வீடுகளில் மட்டும் உண்ட ஆரவாரம் கேட்டதாக ஏன் கூறவேண்டுமோ? மேலே எடுத்துக் காட்டியிருக்கிற பாடல் அடிகளில் 'எங்கும்', 'எல்லாம்' என்று நாட்டைப் பொதுவாக்கிக் கூறியிருப்பது அறியக் கிடக்கிறது.

இந்தப் பாடலுக்கு உரை எழுதும்போது, வை.மு.கோ. அவர்களுக்குச் சிறிது திணறல் ஏற்பட்டிருக்கிறது. பல ஜாதியாரும் பாடுபட்டுச் சம்பாதிக்க, ஒரு ஜாதியார் மட்டும் தலைகால் தெரியாமல் சாப்பிட்டுக் கொண்டிருந்தார்களென்று பாடல் இருந்தால் யாரைத்தான் கலங்கவைக்காது?

> "மள்ளர் பலர் பொருள்களையும் விளைவித்துத் தாம் கொள்வதைக்கூறிய கவி, இதனால், அவ்விளை பொருள்களை அம்மள்ளர் எல்லா வர்ணத்தார்க்கும் பயன்படுமாறு ஏற்றபெற்றி செய்வ ரென்பதைத் தெரிவிக்கக்கருதி முதல் வர்ணத்தவரான அந்தணர்க்கு அவை பயன்படுவதைக் கூறி, மற்றையோருக்குப் பயன்படுவதை உபலக்கணத்தாற் பெறவைத்தார் என்க"

என்று கூறியிருக்கிறார்கள். நாட்டில் விளைந்த பொருள்கள் எல்லாருக்கும் பயன்பட்டன என்று கூறுவதற்குத் திறமின்றிக் 'கல்வியிற்பெரிய' கம்பர் உபலக்கணத்தைத் துணைக்கொண்டார் என்று கூறுவது வருந்தத்தக்கதாகும். இருப்பதெல்லாம் கம்பர் பாடல் என்று கருதியதால் நேர்ந்த பிழையே இது.

இந்தப் பாடலுக்குப் பின் 14 பாடல்களைத் தாண்டிச் சென்றால்,

பெருந்த டங்கண் பிறைநுத லார்க்கெலாம்
பொருந்து செல்வமும் கல்வியும் பூத்தலால்
வருந்தி வந்தவர்க்கு ஈதலும் வைகலும்
விருந்தும் அன்றி விளைவன யாவையே.

(நாடு 36)

பிறைமு கத்தலைப் பெட்பின் இரும்புபோழ்
குறைந றைக்கறிக் குப்பை பருப்பொடு
நிறைவெண் முத்தின் நிறத்தரி சிக்குவை
உறைவ கோட்டம்இல் ஊட்டிடம் தோறுமே.

(நாடு 37)

இப்பாடல்களில் விருந்தினருக்கு உபசாரம் செய்தலும், மடைப்பள்ளிகளில் இருந்த பொருட் பெருமையும் நடைபெறும் காரியங்களும் கூறப்பட்டுள்ளன. விஷயங்கள் எல்லாம் நாட்டு மக்களின் பொதுவுக்குத்தான் கூறப்பட்டிருக்கின்றன. இப்பாடல்களில், 'பிறைநுதலார்க்கெலாம்' 'ஊட்டிடம் தோறுமே' என்பன கவனிப்பிற்குரியன. 'அமுதருண்டி அமலைப்' பாடலை இந்த இடத்தில் எடுத்து வரிசைப்படுத்தி வைக்கலாம் என்றாலோ அதன் சந்தம் வேறாக இருக்கிறது. இவை வேறு சந்தம்.

மேலும் ஆற்றுப்படலம், நாட்டுப்படலம், நகரப் படலங்களின் மொத்தப் பாடல்கள் 168. இவற்றுள் வகுப்பைக் காட்டும் குறிப்புகள் உள்ளன. அவை நிலம் பற்றியவேயாம். உதாரணமாக, கொடிச்சியர், எயினர், ஆயர், கோவலர், மள்ளர், உழத்தியர், கடைசியர், நுழைச்சியர் என்றவை காணப்படுகின்றன. பிராமணர், க்ஷத்திரியர், வைசியர், சூத்திரர் என்ற பகுப்பிலோ, அல்லது அந்தணர், அரசர், வணிகர், வேளாளர் என்ற பகுப்பிலோ வகுத்துக் கூறப்பட்டிருக்கவில்லை. படிப்பவரைப் பற்றி, வேள்வி செய்பவரைப் பற்றி, போர்த் தொழில் பழகுபவரைப் பற்றி, கப்பலில் சரக்கு ஏற்றி இறக்கி வாணிபம் செய்பவரைப் பற்றி, உழுபவரைப் பற்றி, இன்னும் எவ்வளவோ செயல் செய்பவரைப் பற்றியெல்லாம் பாடல்கள் உள்ளன. அவற்றுள் சாதிப் பாகுபாடு காணும்படி எந்தச் சொல்லும் இல்லை. இந்த ஒரே பாடல்தான் இடையே நின்று 'மிளிர்'கிறது.

அந்தணரைக் கேலி செய்ய நினைத்த ஒருவர், "பிராமணா போஜனப் பிரியா" என்ற பழமொழி ஆட்சிக்கு வந்த பின்னர், இப்பாடலைப் பாடிச் சேர்த்திருக்க வேண்டும். தாறுமாறாக உண்டு 'அமலையை' உண்டாக்குவது அந்தணர்க்கு அடுத்ததன்று. அளவாக உண்டு அருள் பரப்புவதே

அந்தணர்க்கு உரியது. பிராமண போஜனம் நடப்பதைப் பார்த்தால் இந்தப் பாடல் வெகு பொருத்தமாகத் தோன்றும். அக்கார அடிசில், ததியோன்னம், திருக்கண்ணமுது முதலியவைகளைச் சாப்பிட ஆயிரக் கணக்கில் கூட்டம் சேராதா? இவர்கள் வந்து – ஒரேயடியாக வந்து மண்டுவதைத் தடுத்து நிறுத்த நூறு ஜவான்கள்! கைகலப்பு! ஒரே இரைச்சல்! இப்படிப்பட்ட நிகழ்ச்சியை அனுபவித்தால்த்தான் 'அமலை' என்ற சொல் வாய்க்கு வரும். அறிவையும் அறத்தையும் கடவுளையும் நோக்கி உடலை ஒறுத்து நிற்கும் அந்தணர்க்கும் அமலைக்கும் சம்பந்தம் ஏது? பின்னாளில் பிராமண போஜனம் சிறந்ததென்று கருதிப் பிரசாரம் செய்தவர் இதனைச் சேர்த்திருத்தலும் கூடும்.

இம்மாதிரியான சேர்மானங்களைப் பார்த்த எதிர்க்கட்சிக்காரர் தங்கள் கைவரிசையைக் காட்டப் பின்வாங்கவில்லை. திருமுடி சூட்டு படலத்தில் ஒரு பாடல் இருக்கிறது. இராமன் காட்டிலிருந்து திரும்பி நகரத்துக்கு வந்து, முடிசூட எல்லா ஏற்பாடுகளும் நடந்து கொண்டிருக்கிற சமயம். விலைமாதர் வீடுகளில் பிராமணர்கள் எல்லாரும் குவிந்து நிர்வாணமாகக் கிடந்தார்களாம். இராமனுக்குப் பட்டம் என்ற செய்தியைக் கேட்டார்களாம். மகிழ்ச்சி மண்டைக்கு கொண்டு போய்விட்டது. உடனே வெளி யிற் புறப்பட்டார்களாம். அவர்களும் விலைமாதரும் கைக்கு அகப்பட்ட துணிகளை எடுத்துச் சுற்றிக் கொண்டு ஓடினார்களாம். அந்தக் காட்சி எப்படி இருந்தது என்பதே பாடலின் பொருளாகும்.

வேசியர் உடுத்த கூறை
வேதியர் சுற்ற, வெற்றிப்
பாசிழை மகளிர், அன்னார்
ஆடையைப் பரிந்து சுற்ற,
வாசமென் கலவை சாந்துஎன்று
இனையன மயக்கந் தன்னால்
பூசினர்க்கு இரட்டி ஆனார்
பூசலார் புகுந்து ளோரும். **(திருமுடி 13)**

இந்தப் பாடலும் 'கல்வியிற் பெரிய' கம்பர் வாக்குத்தான் என்று சேர்த்து வைக்கப் பட்டிருக்கிறது. அயோத்தி நகரத்திலே, தயரத மன்னனுடைய அரசாட்சியில் வேசையர் இருந்தனரா? என்பதைப் பற்றி வேறு சில பாடல்களைப் பார்க்கலாம்.

ஆசலம்புரி ஐம்பொறி வாளியும்
காசுஅலம்பும் முலையவர் கண்எனும்
பூசல் அம்பும் நெறியின் புறம்செலாக்
கோசலம்! புனை ஆற்று அணி கூறுவாம்.

(ஆற்றுப் 1)

ஆணும் பெண்ணும் கூடி அனுபவிக்கும் இன்பம் ஐந்து வகைப்பட்டிருக்கிறது. அதனை அணுகக்கூடிய ஐந்து பொறிகளும் நீதி நெறிமுறையை விட்டு அணுவளவும் பிசகா. எங்கே? அயோத்தி நாட்டில் உள்ள ஆண் பெண் ஆகிய இருபாலர் இடத்திலுந்தான். பெண்களின் கண்கள் கூரிய அம்பு போல வெட்டினாலும் தங்கணவனைப் பார்த்துத்தான் வெட்டுமே ஒழியப் பக்க வாட்டில் நோக்காது. இது இப்பாடலின் உரை. இப்படியே வை. மு. கோ. அவர்களும் எழுதியிருப்பது வருமாறு:-

"தன்னிடத்து வாழும் ஆடவரும் மகளிரும் அக்னி சாட்சியாக மணந்த தமது மனைவி கணவன்மாரிடத்தே தாம் அன்பு செலுத்தி இன்பம் அனுபவிப்பதன்றி, பிறர்மனை நயத்தல் பரபுருஷரைச் சேர்தல் என்ற தீச் செயலிற் செல்லாதிருக்குமாறு செய்வது அந்நாடு என்றவாறு."

இதிலிருந்து ஆணோ பெண்ணோ அக்நிசாட்சியாக மணந்தே இல்லற இன்பம் துய்த்தனர் என்பதில் ஐயமில்லை. அங்கே வேசை எப்படி உண்டாவாள்? வேசையர் வீட்டிற்குப் போகும் பிராமணர் தாம் ஏது?

இதற்கு மேல், "குலம் சுரக்கும் ஒழுக்கம் குடிக்கெலாம்" (நாடு 38) என்ற கம்பர் வாக்கை உணர்ந்தால் வேசிக்கு அங்கே இடம் உண்டா? பரம்பரையானது ஒவ்வொரு இல்லத்தார்க்கும் ஒழுக்கத்தைத் தந்து கொண்டிருக்கிறது

என்று கூறப்படுகிறது. அந்தக் கோசல நாட்டிலிருந்த ஒவ்வொரு குடியும், தலைமுறை தலைமுறையாக ஒழுக்கத்திலே பண்பட்டு நெறி தவறாமல் வந்திருக்கிறார்கள் என்று கூறுவதை, ஆழச்சென்று நீள நினைந்து பார்த்தல் வேண்டும். இந்த மாதிரி பரம்பரை ஒழுக்கத்திற் கட்டுப்பட்டு வளர்ந்த அந்நாட்டு மக்களில் சிலர் வேசையாவதென்பது கருதுதற்கும் இடமில்லாததொரு காரியமாகும். இன்னும் ஒரு வேசைப் பாட்டு இருக்கிறது.

வெள்ளமும் பறவையும்
விலங்கும் வேசையர்
உள்ளமும் ஒருவழி
ஓட நின்றவன் **(அரசியல் 6)**

வேசையர் உள்ளம் பலரைப்பற்றிப் பணம் பறிக்க உதவுமே அன்றி, ஒருவனிடத்தில் காதல் கொண்டு வாழ இயையாது என்பது யாவரும் கண்ட உண்மை. இதற்கு மாறாக தயரதனின் ஆட்சி இருந்ததென்பது இப்பாடலின் கருத்து. வேசை என்று ஒருத்தி உண்டாகியல்லவா வேசைமனம் ஒருவழிச் சென்றது என்று கூற வேண்டும்? ஆணெலாம் பெண்ணெலாம் பரம்பரையாகவே அறவழி நிற்கும் நாட்டில், எப்படி வேசை ஏற்பட்டாள்? ஒரு பெண்ணை ஒருவர்தானே விரும்புவார்? அவரும் அக்நி சாட்சியாக மணந்தவர் தானே? இந்த வேசைப் பாட்டில் இன்னும் ஒரு விஷயம் இருக்கிறது. "வெள்ளமும் ஒருவழி ஓட நின்றவன்" என்பது. வேசை மனம் மட்டுமல்ல ஒருவழி ஓடியது? வெள்ளமும் ஒரே போக்காகப் போயிற்று என்று பாடல் கூறுகிறது. இதற்கு, நேரே ஒரு திசையை நோக்கி ஓடிற்று என்று பொருள் கொண்டால்,

சோலை மாநிலம் துருவி யாவரே
வேலை கண்டுதாம் மீள வல்லவர்
சாலும் வார்புனல்ச் சரயு வும்பல
காலின் ஓடியும் கண்ட தில்லையே **(நாடு 60)**

சரயு நதியானது பல்லாயிரம் பாய்கால்களின் வழியாகக் குறுக்கும் நெடுக்குமாகச் சென்று நாடு முழுதும் பாய்ந்து கொண்டிருக்கிறதென்பது இப்பாடலிலிருந்து தெரிகிறது.

'வெள்ளமும் ஒரு வழி ஓட நின்றது' என்பதற்கு, கரையைக் கடவாமல் சென்றது என்று கொண்டு, அந்நாட்டில் சிறந்த ஆட்சி இருப்பதால் மேகமானது அளவு கடந்து மழை பொழிவதில்லை. குறைவதுமில்லை. ஆகையால் ஒரே நிதானமாக நீர் ஓடியது என்று கொள்ளலாமா என்றால் மற்றொரு பாடலைக் காண்க,

நெறிகடந்து பரந்தன நீத்தமே. (நாடு 40)

'தயரதனுடைய நாட்டில், ஒழுங்கு தவறிக் கரை கடந்து, கட்டுப்படாமல் செல்வது வெள்ளம் ஒன்றுதான்.' என்பது இதன் பொருள். மனிதர் யாவரும் நெறியிலேயே நிற்பர். அங்கே கட்டுத் தவறி நடப்பது ஒன்று உண்டு. அதுதான் வெள்ளம் என்று கூறப்பட்டிருக்கிறது. இனி,

'வெள்ளமும் பறவையும் விலங்கும் வேசியர்
உள்ளமும் ஒரு வழி ஓட நின்றவன்'

என்ற பாடலின் நிலை என்னவாகிறதென்பதைக் கூற வேண்டியதில்லை.

திருக்குறள் தோன்றிய பிறகு தோன்றிய புலவர்கள் யாவரும் அதனைப் பொன்னைபோற் போற்றியிருக்கின்றனர். அதைப் பின்பற்றாத நூல் தமிழ்ப் பண்பாட்டிற்குப் புறம்பு என்று கருதப்பட்டிருக்கிறது. சமண புத்த சைவ வைணவ தருமங்கள் தோன்றி, உலகிலேயே கட்குடியை ஒழிக்கவேண்டுமென்று கடுமையாகப் பிரசாரம் செய்துகொண்டிருக்கின்றன என்பதை அறியாதார் யாவர். கட்குடி உடையாரும் 'குடிப்பது தவறுதான்' என்று ஒப்புக்கொண்டே குடிக்கும்படி நிர்ப்பந்தமான சூழ்நிலை உள்ள தமிழ் நாட்டில், கம்பர் கட்குடிக்கு முக்கியத்துவம் கொடுத்து, 'உண்டாட்டுப் படல'த்தை உண்டாக்கி வைக்க வேண்டுமா? குடியைச் சாதாரண உணவாகக்கொண்ட அரக்கரைப் பற்றிக் கூறும்போது – கும்பகருணனைப் பற்றிய இடத்தில், 'ஆறுநூறு சகடத் தடிசிலும், நூறுநூறு குடங்களும் நுங்கினான், ஏறுகின்ற பசியை எழுப்பினான்,' என்று அரக்கரிற் சிறந்த அக்கும்பகருணனைக் காட்டுகிறார். இந்திரசித்து வீடணனைப் பார்த்து துரோகி என்றும்,

ஒழுக்கம் அற்றவனென்றும் கூறித்திட்டும்போது வீடணன் கூறுகிறான்:

உண்டிலென் நறவம்! பொய்மை
உரைத்திலென்! வலியால் ஒன்றும்
கொண்டிலென்! மாய வஞ்சம்
குறித்திலென்! யாரும் குற்றம்
கண்டிலர் என்பால்! உண்டேல்
நீயிரும் காண்டி ரன்றே. **(நிகும்பலை 174)**

என்பதை நோக்கினால் கட்குடியை எவ்வளவு பெரிய குற்றமாகக் காட்டியிருக்கிறாரென்பது விளங்கும். 'உண்டிலென் நறவம்' என்று பாடலின் முதலில் வைத்து கம்பீரமாக நிமிர்ந்து வீடணனைப் பேச வைத்திருப்பது, கள் உண்ணாமை என்ற அறக்கொள்கையே என்பது உணரத்தக்கது. மதுவிலக்கு அறமும், கம்பர் கருத்தும் இப்படியிருக்கப் பால காண்டத்திலுள்ள உண்டாட்டுப் படலத்தைப் பார்க்கலாம். தசரத சக்ரவர்த்தியின் குழுவினர் சீதை கல்யாணத்திற்குச் செல்லும் வழியில் சந்திர சைலம் என்ற மலையில் தங்குகிறார்கள். பெண்களும் ஆடவரும் அங்கே களைப்பாறுகிறார்கள். பூக்கொய்து புனலாடி விளையாடுகிறார்கள். இரவு வருகிறது. எல்லாரும் குடிக்கிறார்கள். குடியென்றால் தலைகால் தெரியாத பெருங்கட்குடி. சுமார் 20 – பாடல்கள் இதை வர்ணிக்கின்றன.

அச்சநுண் மருங்குலாள் ஓர்
அணங்கனாள் அளக பந்தி
நச்சுவேல்க் கருங்கட் செவ்வாய்
நளிர்முகம் மதுவுள்த் தோன்றப்
பிச்சிநீ என்செய் தாய்இப்
பெருநறவு இருக்க வாளா
எச்சிலை நுகர்தி யோஎன்(று)
எயிற்று அரும்(பு) இலங்க நக்காள்.

(உண்டாட்டு 11)

அந்த இனத்தில் இதுவும் ஒரு பாட்டு. இப்படிக் கள்ளைக் குடித்த பெருமையும் குடித்துவிட்டு ஆடிய மகிமையும் இப்படலத்தில் விரித்துக் கூறப்பட்டுள்ளன.

ஆண்களைவிடப் பெண்கள்தாம் குடித்து மயங்கி மிரண்டு திண்டாடியிருக்கின்றனர். 67-பாடலுள்ள இந்தப் படலத்தில் உண்டதெல்லாம் கள் ஒன்றே. வேறு சோறு முதலிய எந்த உணவையும் அவர்கள் உண்டதாக இல்லை. இப்படலம் கட்குடியையே முக்கியமாகத் தாங்கி நிற்கிறது. கட்குடியர்களை உற்சாகப் படுத்தும் பொருட்டு எந்தப் புண்ணியவான் பாடிச் சேர்த்து, "ஆஹா! பிரபு! நீங்கள்கள் குடிப்பதே ஒரு கலையல்லவா? பெரும்புலவரான கம்பர் பெருமானே கட்குடியின் பெருமையைத் தமது அருமையான இராமகாதையிற் பாடி வைத்திருக்கிறார் பாருங்கள்" என்று இவைகளை அவிழ்த்துவிட்டு என்ன சம்மானம் பெற்றாரோ யாருக்குத் தெரியும். இங்கே மற்றொரு பாடற் கருத்தை நோக்குதல் வேண்டும்.

சிறிய மங்கையர் தேயும் மருங்குலே
வெறியவும் அவர் மென்மலர்க் கூந்தலே.

(நாட்டுப் 40)

"அந்த நாட்டில் எல்லாம் பெருகிக் கிடந்தன. தேய்ந்து கொண்டே சிறுமையடைவது எது என்றால் பெண்களின் இடைதான்; வெறி (மணம்) கொண்டிருப்பது அப்பெண்களினுடைய மலரணிந்த மெல்லிய கூந்தலேயாகும்; அங்கே வெறி (கள் வெறி) கொண்டிருக்கும் மனிதர் இல்லை. அங்கே வெறி என்ற சொல்லுக்கே நேர் பொருள் கிடையாது. ஆனால் அதற்கு மணம் என்ற பொருள்தாம் அந்நாட்டில் உண்டு. அந்த மணம் பெண்களின் கூந்தலில் மிளிரும்" என்று கூறும் இப்பாடலையும், கட்குடிப் பாடல்களையும் பக்கத்தில் வைத்து ஒட்டியொட்டிப் பார்த்து உணரல் வேண்டும்.

தசரதனின் அரசாட்சி மிக மேம்பட்டிருந்ததென்று பல இடங்களிலும் கம்பர் எடுத்துக் கூறுகிறார். அவற்றுள் முதன்மையான பாடல் நாட்டுப் படலத்தில் இருக்கிறது.

வண்மை இல்லைஓர் வறுமை இன்மையால்
திண்மை இல்லைஓர் செருநர் இன்மையால்
உண்மை இல்லைபொய் உரைஇ லாமையால்
ஒண்மை இல்லைபல் கேள்வி ஓங்கலால்.

(நாட்டு 53)

இதிலிருந்து அந்த நாட்டில் வறுமைப்பட்டு யாசிப்போர் எவரும் இல்லாதபடியால் தருமம் செய்யும் வள்ளல்கள் இருக்கிறார்களா, இல்லையா என்பதை அறிய முடியவில்லை. மாற்றரசர் எவரும் 'அயோத்தி' என்ற சொல்லைக் கேட்டாலே போர் நினைப்பொழிந்து போவர். ஆதலால் போர் நடக்க இடமில்லை. போர் நடவாத காரணத்தால் அந்நாட்டு மக்களுக்கு உடல் உரம் உண்டா இல்லையா என்பது தெரியவில்லை என்று கூறப்படுகிறது.

ஆனால் அடுத்துவரும் அரசியற் படலத்தில் வருகிற பாடல் என்ன கூறுகிறதென்பதைப் பார்க்கலாம்.

"ஈந்தே கடந்தான் இரப்போர்கடல்
எண்ணில் நன்னூல்
ஆய்ந்தே கடந்தான் அறிவென்னும்
அளக்கர் வாளால்
காய்ந்தே கடந்தான் பகைவேலை
கருத்து முற்றத்
தோய்ந்தே கடந்தான் திருவிற்றொடர்
போக பௌவம். **(அரசியல் 5)**

இப்பாடலில் இரந்து திரிபவர், கடல்போலப் பெருகி விரிந்து அந்த நாடு முழுதுந் திரிந்ததாகவும் அவர்கட்குக் கொடுத்துக் கொடுத்துத் தசரதன் தப்பிப் பிழைத்து நாடு காத்தான் என்றும், கடல்போலப் பெருகி நின்ற பகைவர்களை வாளாலேயே வெட்டித் தீர்த்து விடுதலை பெற்றான் என்றும் வருவதைக் கவனித்தால் இரண்டு பாடல்களையும் கம்பரே பாடியிருக்கமாட்டார் என்பது புலனாகும்.

தசரதன் கைக்கு நாடு வருமுன்பு அவனுடைய முன்னோர்கள் நாட்டைப் பாழாக்கி எதிர்ப்புக்கும் வறுமைக்கும் மடமைக்கும் ஈடுபடுத்தியிருந்திருக்கலாம் என்று கூறுதற்கும் ஆதாரமில்லை. இங்கே வாலி கூற்றாக உள்ள பாடல் ஒன்றைப் பார்க்கலாம். வாலி அடிபட்டு வீழ்ந்து கிடக்கிறான். இராமனை நேரிற் பார்த்ததும்,

"கோவியல்த் தருமம் உங்கள்
குலத்(து) உதித் தோர்கட்(கு) எல்லாம்

> ஓவியத் தெழுதவொண்ணா
> உருவத்தாய் உடைமை யன்றோ."
>
> (வாலிவதை 78)

என்று கேட்கிறான். மேலும்,

> சூரி யன்மர புக்கும்ஓர் தொல்மறு
> ஆரி யன்பிறந்(து) ஆக்கினை ஆம்அரோ,
>
> (வாலிவதை 87)

என்று ஆதிமுதல் மறுவற்று வளர்ந்து வந்த சூரியன் பரம்பரை வரலாற்றில் நீ பிறந்து மாற்றமுடியாத ஒரு ஒச்சத்தை உண்டாக்கி விட்டனையே என்று கூறுகிறான். இதனால் சூரியன் மரபில் வந்த அரசர்கள் ஆட்சிப்பஞ்சம் அடைந்தார்கள் என்று கொள்வதற்கில்லை. எனவே அந்த நாடு தொன்று தொட்டுப் பஞ்சமும் பகையுமின்றி வளர்ந்தேறி வந்திருக்கிறது. அதில் தசரதன் ஆட்சி உச்ச நிலையை அடைந்திருந்தது, என்பதே கவியின் கருத்தாகும். தனிப்பாடலாகப் பார்க்கும்போது 'ஈந்தே கடந்தான்' பாடல் சிறந்ததுபோல் தோற்றி மயக்குவதில் வியப்பில்லை. 'வண்மை இல்லை' என்ற பாடலைப் பக்கத்தில் வைத்துப் பார்க்கும்போதுதான் இடர்ப்பாடு தெரியவருகிறது. 'ஈந்தே கடந்தான்' பாடலில் கடலுக்குரிய கடல், அளக்கர், வேலை, பௌவம் என்ற நான்கு சொற்கள் வருகின்றன; நான்கு கடலைக் கடந்தான் என்ற திறமையை ஆதாரமாகக் கொண்டு இப்பாடல் இங்கே தொங்கி நிற்கிறது.

★ ★ ★

வாலியோடு சுக்கிரீவன் போருக்கு நிற்கிறான். மலைச்சரிவில் இராமனும் இலக்குவனும் இருந்து பார்த்துக் கொண்டிருக்கின்றனர். இலக்குவன் இராமனை நோக்கி, தன் அண்ணனாகிய வாலியைக் கொல்வதற்கு இப்படி நிற்கிறானே இந்தச் சுக்கிரீவன்! உடன் பிறந்தவரைக் கொல்ல வேண்டுமென்ற மனப்பான்மையுடைய இவன் அன்னியரான நம்முடைய காரியத்தில் எப்படியிருப்பான்? இவனை எப்படி நம்புவது, 'தருமம் தவறி நடப்பவர்களை நம்புதல் நல்லதல்ல' என்கிறான்.

சொ. முருகப்பன்

ஆற்றாது பின்னும் பகர்வான்
     அறத்தாறு அழுங்கத்
தேற்றாது செய்வார்களைத் தேறுதல்
     செவ்வி தன்றால்;
மாற்றான்எனத் தம்முனைக் கொல்லிய
     வந்து நின்றான்;
வேற்றார்கள் திறத்துஇவன் தஞ்சம்என்
     வீர என்றான்.   (வாலிவதை 33)

இந்த ஐயம் இலக்குவனுக்கு ஏற்பட்டது இயல்பு. இதற்குப் பொறுப்புள்ள இராமன் என்ன சொல்கிறான்:

அத்தா இதுகேள்என
     ஆரியன் கூறுவான்; இப்
பித்தாய விலங்கின்
     ஒழுக்கினைப் பேசலாமோ?   (வாலிவதை 34)

'நிச்சய நினைப்பற்ற குரங்கின் போக்கை நிதானித்துப் பேசுதல் முறையல்ல,' என்று என்று இராமன் கூறுவதாக இருக்கிறது. 'குரங்குக்கு ஒழுங்கு கிடையாது; விலங்குகளிடத்தில் நீதியும் நெறியும் பார்க்கக் கூடாது' என்று இராமன் கூறுவதாக இருக்கிறது.

பின்னர் அதே வாலிவதைப் படலத்தில், வாலி அடிபட்டு விழுந்து விடுகிறான். புலம்புகிறான். இராமன், எதிரே தோன்றுகிறான். அப்பொழுது வாலி இராமனைப் பார்த்து 'நான் ஒரு பிழையையும் உனக்குச் செய்யவில்லையே? ஏன் என்னைக் கொல்ல முற்பட்டாய்' என்று கேட்கிறான். அப்பொழுது 'உன் தம்பியின் மனைவியை நீ கைப்பற்றினாய், அது பிழை' என்று இராமன் கூறினான். அதற்கு வாலி பதில் சொல்கிறான்:

"ஐய! நுங்கள் அருங்குலக் கற்பின் அப்
பொய்யில் மங்கையர்க்கு ஏய்ந்த புணர்ச்சிபோல்
செய்திலன் எமைத் தேமலர் மேலவன்
எய்தின் எய்திய தாக இயற்றினான்.
                         வாலிவதை 104

மணமும் இல்லை மறைநெறி வந்தன;
குணமும் இல்லைக் குலமுதற்(கு) ஒத்தன;
உணர்வு சென்றுழிச் செல்லும் ஒழுக்(கு) அலால்
நிணமும் நெய்யும் இணங்கிய நேமியாய்

(வாலிவதை 105)

'வேத முறைப்படி அக்கினி சாட்சியாக நாங்கள் கலியாணம் செய்து கொள்வதும் இல்லை. எங்கள் பெண்குரங்குகள் கற்புக் காத்து நெருப்பில் விழுந்து உயிர் விடுவதுமில்லை. எந்தக் குரங்கை எந்தக் குரங்கு விரும்புகிறதோ அப்படிப்பட்ட வாழ்க்கை தான் விலங்குகளாகிய எங்கட்கு ஏற்பட்டது' என்றான் வாலி. இதை இராமன் ஒப்புக்கொள்ளவில்லை. 'நீ மனிதனைப் போன்றவன் தான்; உனக்கு மனித நீதிதான் விதி,' என்று வாதம் செய்கிறான். ஒரே இராமன் தன் தம்பியிடம் குரங்குக்கு ஒழுக்கமில்லை என்றும், வாலியிடம் கட்டாயம் ஒழுக்கம் உண்டு என்றும் வாதிக்கலாமா? உள்ளொன்று வைத்துப் புறமொன்று கூறும் தறுதலைத் தனத்தை இராமன் தலையில் கட்டி இழிவு படுத்தவே இந்தப் பாடல்கள் இங்கே கிடக்கின்றன. நிகரற்ற வீரனும், கடவுள்த் தன்மைக்கு இலக்காகியவனுமான இராமன், சுக்கிரீவனிடம் வஞ்சநட்புக் கொள்வது முறையாகுமா? அப்படிக் கொள்ளவில்லை என்பதும், உண்மையிலேயே, மனித தத்துவத்திலேயே, சுக்கிரீவனை உடன் பிறப்பாகக் கொண்டான் என்பதும் கம்பரால் எவ்விதம் கூறப்படுகின்றன என்பதைப் பார்க்கலாம். சுக்கிரீவனைக் கண்டபோது,

மற்றினி உரைப்ப தென்னே!
வானிடை மண்ணில் நின்னைச்
செற்றவர் என்னைச் செற்றார்;
தீயரே எனினும் உன்னோடு
உற்றவர் எனக்கும் உற்றார்;
உன்கிளை என(து); என் காதல்ச்
சுற்றம்உன் சுற்றம்; நீயே
இன்உயிர்த் துணைவன் என்றான். (மராமரப் 65)

இதுதான் இராமன் சுக்கிரீவனுக்குக் கொடுத்த அபயம். இனி வீடணன் அடைக்கலப் படலத்தில்,

> "குகனொடும் ஐவர் ஆனேம் முன்பு; பின்
> குன்று சூழ்வான்
> மகனொடும் அறுவர் ஆனேம், (வீடணன் 146)

என்று சகோதர வரிசையில் சுக்கிரீவனை எண்ணி இராமன் கூறுகிறான் என்பது கூர்ந்து நோக்கத்தக்கது. சுக்கிரீவனை முதல் நோக்கில் கூறியதை ஒட்டி வீடணனைப் பாராட்டும் போதும் நினைவாகப் பாராட்டுவது எவ்வளவு பொருள் நிறைந்ததாகவும், இராமனின் பெருங்கருணைக்கும், பண்பாட்டுக்கும் எடுத்துக் காட்டாகவும் இருக்கிறது. இதற்கிடையில் குரங்குக்கு ஒழுக்கமேது? எதையும் செய்யும்' என்று இராமன் வாயில், கூறவைக்க வேண்டிய தேவை கம்பருக்கு ஏது? கம்பர் காவியத்தில் மாசு காட்டவும் இராமனை இழிவு படுத்தவும் செய்த செருகே அப்பாடல்கள் என்பது எளிதில் தெளியக் கூடியது.

★ ★ ★

வாலியை இராமன் அடித்துத் தள்ளி விடுகிறான். அம்பு பட்டு விழுந்த வாலி சாகவில்லை. அம்பைப் பிடித்துக் கொண்டான். எப்படி? கால் இரண்டு, கைஇரண்டு, வால் ஒன்று, ஆக ஐந்து உறுப்புக்களால் அம்பைப் பற்றி இழுத்து வெகு நேரம் போராடுகிறான்.

> ஓங்குஅ ரும்பெரும் திறல்உடை
> மனத்தன்; உள்ளத்தன்;
> வாங்கினான் மற்(று) அவ் வாளியை
> யாளிபோல் வாலி;
> ஆங்கு நோக்கினர் அமரரும்
> அவுணரும் பிறரும்;
> வீங்கினார்கள் தோள்; வீரரை
> யார்வியவாதார்? (வாலிவதை 67)

இந்தப் பாடலில் மார்பில் வேகத்தோடு பாய்ந்து உருவுகிற அம்பைப் பிடித்து நிறுத்தி வெளியே வாங்கி விட்டான் என்று தெரிகிறது.

> வாசத் தாரவன் மார்பெனும்
> மலைவழங்கு அருவி

ஓசைச் சோரியை நோக்கினன்;
உடன்பிறப்பு என்னும்
பாசத்தால் பிணிப்(பு) உண்டஅத்
தம்பியும் பசுங்கண்
நேசத் தாரைகள் சொரிதர
நெடுநிலம் சார்ந்தான். (ஷ 69)

இதில், அம்பைப் பிடுங்கவே அந்தப் புழையின் வழியாக இரத்தம் பீறிட்டு மடமடவென்று வழிய ஆரம்பித்தது. இந்தப் பரிதாபத்தைப் பார்த்த சுக்கிரீவன் இரத்தபாசத்தால் தாழாதவனாகி மயக்கம் போட்டு விழுந்துவிட்டான் என்று கூறப்பட்டிருக்கிறது. இதற்குமேல்,

பறித்த வாளியைப் பரூஉவலித்
தடக்கையால் பற்றி,
இறுப்பன் என்றுகொண்டு எழுந்தனன்
மேருவை இறுப்போன்;
முறிப்பன் என்னினும் முறிவதுஅன்
றாம்என மொழியாப்,
பொறித்த நாமத்தை அறிகுவான்
நோக்கினன் புகழோன். (ஷ 70)

அப்படி நெஞ்சிலிருந்து பிடுங்கி எடுத்த அம்பை மிகுந்த வலிமையுள்ள பெரிய கைகளினால் பிடித்து ஒடித்து விடுகிறேன் என்று எழுந்து நின்று வளைத்தான். முடியவில்லை. 'இது முறியாது' என்று சொல்லிக்கொண்டே அதில் பொறிக்கப்பட்டுள்ள பெயரைப் பார்த்தான், என்பது இப்பாடலின் பொருள்.

மேலே காட்டிய பாடல்களால் அம்பை மார்பை விட்டுப் பிடுங்கி எடுத்து ஒடிக்க முயன்று முடியாமல் பெயரைப் பார்த்தான் என்று கிடைக்கிறது.

இதன் பிறகு, இராமனை நேரில் பார்க்கிறான்; திட்டுகிறான். அப்பால் இராமனுக்கும், இவனுக்கும் வாதப் பிரதிவாதங்கள் நடக்கின்றன. வாலி, ஒருவாறு சமாதானம் அடைகிறான். பின்னர்,

"என்(று) அவற்(கு) இயம்பிப், பின்னர்,
 இருந்தனன் இளவல் தன்னை
வன்துணைத் தடக்கை நீட்டி
 வாங்கினன் தழுவி மைந்த!"   (ஷ 131)

இதில் வருத்தப்பட்டு நின்ற சுக்கிரீவனை வாலி தன்னுடைய வலிய இருகைகளாலும் பிடித்துக் கட்டித் தழுவி வலிமையுடையவனே! என்று பாராட்டி அறங்கூறுகிறான். அப்பால், வாலி மகனான அங்கதன் வந்து அலறித்துடிக்கிறான். அவனை வாலி தேற்றி,

ஆயன பலவும் பன்னி
 அழுங்கினன்; புழுங்கி நோக்கித்,
தீ உறு மெழுகிற் சிந்தை
 அலமரும் செங்கண் வாலி,
'நீ இனி அயர்வாய் அல்லை'
 என்றுதன் நெஞ்சிற் புல்லி
நாயகன் இராமன் செய்த
 நல்வினைப் பயன் இ(து) என்றான்.   (ஷ 146)

என இவ்வாறு வருந்திப்பின், அங்கதனைக் கட்டிப் பிடித்து நெஞ்சோடு தழுவிப்பேசினான் என்று கூறப்படுகிறது.

என்றனன் இனைய ஆய
 உறுதிகள் யாவும் சொல்லித்
தன் துணைத் தடக்கை ஆரத்
 தனயனைத் தழுவிச் சாலக்
குன்றினும் உயர்ந்த திண்தோள்க்
 குரக்கினத் தரசன் கொற்றப்
பொன்திணி வயிரப் பைம்பூண்
 புரவலன் தன்னை நோக்கி   (ஷ 150)

இதிலும் மகனைத் தன்னுடைய பெரிய இரண்டு கைகளாலும் தழுவிப் பேசினான் என்று தெரிகிறது இவைகட்குப் பின்னர்,

தன் அடி தாழ்த லோடும்
 தாமரைத் தடங்க ணானும்
பொன்உடை வாளை நீட்டி

நீஇது பொறுத்தி என்றான்;
என்னலும் உலகம் ஏழும்
ஏத்தின; இறந்து வாலி
அந்நிலை துறந்து வானுக் (கு)
அப்புறத்(து) உலகன் ஆனான். (ஷ. 152)

இப்படியாக வாலி வீடுபெற்ற பின்னர் வருகிற பாடலைப் பார்க்கலாம்.

கை அவண் நெகிழ்த லோடும்
கடுங்கணை கால வாலி
வெய்ய மார்பகத்துள்த் தங்கா(து)
உருவிமேக்(கு) உயர மீப்போய்த்
துய்யநீர்க் கடலுள்த் தோய்ந்து
தூய்மலர் அமரர் சூட்ட
ஐயன்வெந் விடாத கொற்றத்(து)
ஆவம் வந்து அடைந்த (து) அன்றே (ஷ. 153)

இப்பாடலை வைத்து வைத்துப், பார்த்துப் பார்த்து ரசிக்கலாம்; அல்லது சிரிக்கலாம். வேண்டுமானால் அழவும் செய்யலாம்.

வாலி தன் மார்பில் பாய்ந்த அம்பைப் பிடுங்கினான். (67) பிடுங்கிய வாளியை ஒடிக்க முயன்றான், முடியவில்லை. (70) இரு கைகளையும் நீட்டித் தம்பியைக் கட்டித் தழுவினான். (131) மகனைப்பற்றி நெஞ்சில் அணைத்துத் தழுவினான். (146) தன்னுடைய இரு கைகளாலும் மகனைப் பிடித்து மார்பிற் சேர்த்துத் தழுவினான். (150) மோட்ச வீடு பெற்றான். (152)

இத்தனை நிகழ்ச்சிகட்குப் பிறகு வருகிற பாடலில் அம்பைப் பிடித்திருந்த கை இப்பொழுதுதான் நழுவினதாகவும், உடனே அம்பு உடலை உருவிப் பின்புறம்போய், கடலில் முழுகித் தேவர்களிடத்தில் ஆசீர்வாதம் பெற்று அம்பறாத் தூணியில் வந்து நுழைந்ததாகவும் வருகிறதே! இது வியத்தற்குரியது தானே?

சிறியன சிந்தியாத மாபெரும் வீரனான வாலியின் முதுகில் புண் தோன்றும்படி ஒரு நிகழ்ச்சி ஏற்படுமா?

இராமன் எய்தாலும் அம்பு செல்லுமா? அம்பு சென்றாலும் கம்பர் விடுவாரா?

செருகு கவிகளைப் பாடிச் சேர்த்தவர் பலர். அவற்றில் முன் உள்ள பாடல்களைப் படிக்காமலே, பாடிச் சேர்த்த வகையைச் சேர்ந்தது 'கை அவண் நெகிழ்தல்,' என்ற பாட்டு.

★ ★ ★

இராமனுக்குப் பெண் பேசியாய் விட்டது. தசரதன் கல்யாணத்துக்குப் புறப்படுகிறார். சிற்றரசரும், சேனையும், பொதுமக்களும் புறப்படுகிறார்கள் இங்கே ஒரு பாடல் கிடக்கிறது.

<blockquote>
உழுந்திட இடம் இலை
உலகம் எங்கணும்
அழுந்திய உயிர்க்கு எலாம்
அருட்கொம்பு ஆயினான்
எழுந்திலன்; எழுந்து இடைப்
படரும் சேனையின்
கொழுந்துபோய்க் கொடிமதில்
மிதிலை கூடிற்றே.   (எழுச்சி 24)
</blockquote>

'உலகம் முழுதிலும் உளுந்தைப் போடக்கூட இடம் இல்லை என்று தோன்றும்படியாகச் சேனையும், மக்களும் எங்கணும் திரண்டு நிற்கின்றனர். அருள் வடிவமான தசரதன் இன்னும் அரியணையை விட்டு எழவில்லை. ஆனால் புறப்பட்ட சேனைகளின் முதல் அணி மிதிலை நகரை அடைந்து விட்டது,' என்பது, இப்பாடலின் பொருளாகும். அரசன் எழுவதற்கு முன்பு சேனையின் கொழுந்து – அதாவது முதலில் செல்பவர்கள் மிதிலையை அடைந்து விட்டனர் என்றாகிறது. "கொழுந்துபோய் மிதிலை கூடிற்றே" என்று சொல்லும்போது செய்யுள் நயம் நாவிலும் காதிலும் சுவையை ஊட்டத்தான் செய்கிறது. நடந்து செல்கிற சேனையின் முற்பகுதியைக் 'கொழுந்து' என்று சொன்னது கிடைக்கக் கூடாத ஒரு அருமையாகத்தானிருக்கிறது. தலைவன் எழுவதற்கு முன்பே சேனைவெள்ளம் மிதிலைக்கும்

அயோத்திக்கும் ஒரே தொடர்பை உண்டாக்கி விட்டது என்று காணும் கவிதைப் போக்கு சிறப்புடையதுதான்.

இங்கே ஒரு நிகழ்ச்சி நினைவுக்கு வருகிறது. சிவகெங்கையை அரசாண்ட மருதுபாண்டியன் ஏழுமைல் தூரத்திலுள்ள காளையார் கோவிலைத் தன் அரண்மனையிலிருந்தபடியே காணவேண்டுமென்று எண்ணினானாம். உடனே, 'இன்னும் இரண்டு வாரங்கட்குள் கோபுரத்தைக் கட்டி முடிக்க வேண்டும்!' என்ற உத்திரவும் பிறந்து விட்டது. செங்கற் காளவாய், மானாமதுரையில் போடப்பட்டிருக்கிறது. மானா மதுரையிலிருந்து காளையார் கோவில் 15 மைல் தூரத்திலிருக்கிறது. மழை பெய்து விட்டபடியால் பாதை படு சேறாகியிருக்கிறது. வண்டிப் போக்குவரத்து முடியாத காரியமாகி விட்டது. கோபுரம் கட்டியாக வேண்டும். இல்லா விட்டால் கண்ணைப் பிடுங்கி விடுவான் அரசன்! மந்திரி பார்த்தார். அவருக்கு ஒரு வழி தோன்றியது. நூறு கிராமங்களை மறித்து ஆட்களைக் கொண்டு வரச் செய்தார். மானாமதுரைச் செங்கற் காளவாயிலிருந்து காளையார் கோயில் கோபுர வாயில் வரை அவர்களை வரிசையாக நிறுத்தினார். கைமூலமாக செங்கல்களை எடுத்து விடச் செய்தார். முதற் செங்கல் கோபுர வாசலில் வரும் போது காளவாயில் செங்கலே இல்லையாம். எல்லாம் மக்கள் கைகளிலேயே தாவிக்கொண்டிருந்தனவாம்.

இப்படி அயோத்தி அரசனின் சேனையைக் கூறியிருப்பது நன்றாகத் தானிருக்கிறது. ஆனால் பாடல் இந்த இடத்தில் இருக்கத் தகுதியற்றதாக இருக்கிறதே!

இப்பாடல் எழுச்சிப் படலத்தின் 24-வது பாடலாகும். அதே படலத்தின் கடைசிப் பாடலைப் பார்ப்போம்.

இன்னணம் ஏகி, மன்னன்
யோசனை இரண்டு சென்றான்;
பொன்வரை போலும் இந்து
சைலத்தின் சாரல் புக்கான்:
மன்மதக் களிறும் மாதர்
கொங்கையும் மாரன் அம்பும்

தென்வரைச் சாந்து நாறும்
சேனையும் இறுத்தது அன்றே. (எழுச்சி 82)

இரண்டு யோசனை, ஏறக்குறைய 20 மைல் தூரம். மாலை நேரமாகிவிட்டது. அரசன் சந்திர சைல மலையை அடைந்தான். சேனையும் சென்று அந்த மலையை அடைந்தது. அன்றிரவு முழுதும் அந்த மலையில் தங்கியிருந்தார்கள்.

உண்ணா அமுது அன்ன கலைப்பொருள்
உள்ளது உண்டும்.
பெண்ணார் அமுதம் அனையார்
மனத்து ஊடல் போர்த்தும்,
பண்ணான பாடல் செவிமாந்திப்
பயன் கொள் ஆடல்
கண்ணால் இனிது உய்க்கவும் கங்குல்
கழிந்தது அன்றே (வரைக்காட்சி 77)

ஆடிப்பாடி ஆனந்தமாக இராப்பொழுதைக் கழித்திருக்கிறார்கள். சேனை முழுமையும் அங்கேதான். அடுத்த நாள் சூரிய உதயம் ஆயிற்று.

மீனுடை எயிற்றுக் கங்குற்
கனகனை வெகுண்டு வெய்ய
கானுடைக் கதிர்கள் என்னும்
ஆயிரம் கரங்கள் ஓச்சித்
தானுடை உதயம் என்னும்
தமனியத் தறியுள் நின்று
மானுட மடங்கல் என்னத்
தோன்றினன் வயங்கு வெய்யோன்
(பூக்கொய் 1)

பொழுது புலர்ந்த பின்பு,

முறையெலாம் முடித்த பின்னர்
மன்னனும் மூரித் தேர்மேல்
இறையெலாம் வணங்கப் போனான்.
எழுந்துஉடன் சேனைவெள்ளம்
குறையெலாம் சோலை ஆகிக்

குழிஎலாம் கழுநீர் ஆகித்
துறையெலாம் கமலம் ஆன
சோணை ஆறு அடைந்தது அன்றே

(பூக்கொய் 2)

அரசன் எழுந்து காலைக்கடன்களை முடித்துக் கொண்டு சிற்றரசர்கள் வணங்க இரதத்தில் புறப்பட்டான். சேனைவெள்ளமும் எழுந்து பின் தொடர்ந்து சென்று சோணையாற்றின் கரையை அடைந்தது. அங்கே மாலை நேரத்தில் பூக்களைக் கொய்து தொடுத்தும், நீரில் நீந்தி நீராடியும் விளையாடினர். அப்படியாக மாலைப்பொழுது நீங்கிற்று. இரவு வந்தது.

கலந்தவர்க்கு இனியதோர் கள்ளு மாய்ப்பிரிந்து
உலந்தவர்க்கு உயிர்சுடு விடமு மாய்உடன்
புலந்தவர்க்கு உதவிசெய் புதிய தூதுமாய்
மலர்ந்தது நெடுநிலா மதனன் வேண்டவே

(உண்டாட்டு 2)

இப்படி நிலவு தோன்றிற்று. பிறகு, இராப்பொழுதும் நீங்கிற்று. பிறகு,

கடையுற நன்னெறி காண்கிலா தவர்க்கு
இடையுறு திருஎன இந்து நந்தினான்;
படர்திரைக் கருங்கடற் பரமன் மார்பிடைச்
சுடர்மணிக்கு அரசுஎன இரவி தோன்றினான்.

(உண்டாட்டு 67)

நல்ல வழியிலே செல்லாதவரின் செல்வத்தைப் போல சந்திரன் மறைந்து விட்டான்; கண்ணனின் திருமார்பில் உள்ள சுடர்மணி தோன்றியதுபோல் சூரியன் தோன்றினான் என்று கூறப்படுகிறது.

மேலே காட்டிய பாடல்களிலிருந்து முழு நாளாக இரண்டு நாள் வழிப்பாதையில் செலவாகியிருக்கிறது. மூன்றாம் நாள் சேனையோடு மன்னன் புறப்பட்டுச் செல்கிறான். கங்கையைக் கடக்கிறான். மிதிலை நகரத்தைக் காண்கிறான். இச்செய்தியறிந்த சனகன் தன்னுடைய சேனைகளுடன் எதிர்கொள்ள வருகிறான்.

> கங்கைநீர் நாடன் சேனை
> மற்றுள கடல்கள் எல்லாம்
> சங்கினம் ஆர்ப்ப வந்து
> சார்வன போலச் சாரப்
> பங்கயத்து அணங்கைத் தந்த
> பாற்கடல் எதிர்வ தேபோல்
> மங்கையைப் பயந்த மன்னன்
> வளநகர் வந்தது அன்றே (எதிர்கோள் 5)

கங்கை வளநாட்டு மன்னனான தசரதனுடைய சேனையானது கடல்வெள்ளமெல்லாம் கரைபுரண்டு பொங்கி வருவதுபோல மிதிலை நகரத்தை நெருங்கி வந்துகொண்டிருக்கிறது. அப்பொழுது திருமகளைத் தந்த பாற்கடலானது எதிரே குதூகலித்து எழுந்து எதிர்கொண்டாற்போல, சீதையைப் பெற்ற திரு நகர மக்கள் யாவரும் ஆர்வத்தோடு எழுந்து எதிர் கொண்டனர் என்பது இப்பாடலின் பொருளாகும்.

இவற்றைப் பார்க்கும்போது 'கொழுந்து மிதிலை கூடிய பாடலை வெளியேற்றினால்தான் கதை தொடர்ந்து சொல்ல முடியுமென்பது விளங்குகிறது. தசரதன் எழுவதற்கு முன்னமேயே சேனையின் கொழுந்து மிதிலையைக் கூடவில்லை. மூன்றாம் நாள் பிற்பகலில்தான் மிதிலையைக் கூடியிருக்கிறது. மேலே காட்டிய பாடல்களிலிருந்து அரசன் தங்கிய இடங்களில் சேனைகளுடன் தங்கியிருந்தான் என்பது தெளிவாகக் கூறப்பட்டிருக்கிறது.

'கொழுந்து கூடிய' பாடல், படித்த ஒரு புலவர் உற்சாகத்தில் பாடின காரியந்தான். வேறேதும் எழுதிவைக்க இடங்கிடைக்காமல் இங்கே எழுதி வைத்திருக்கிறார். பிரதி செய்தவர்கள் இதையும் சேர்த்து எழுதிவிட்டார்கள் போலும்.

★ ★ ★

இராமன் காட்டுக்குச் செல்வேன் என்றபோது சீதை மரவுரி உடுத்துக் கொண்டு பக்கத்திலே ஆயத்தமாக வந்து நின்றாள். ஒன்றும் பேசத் தோன்றவில்லை இராமனுக்கு. கைகேசியின் உத்திரவென்ன?

> தாழ் இரும் சடைகள் தாங்கித்
> தாங்கரும் தவமேற் கொண்டு

செல்ல வேண்டும் என்பதாகும். மனைவியை அழைத்துச் செல்ல உத்திரவு கிடையாது. இதை வாய் விட்டுச் சொல்லவில்லை ஆனாலும் வரவேண்டாமென்று மன்றாடிப் பார்த்தான். சீதைக்கு விளங்கவில்லை. விளங்கவேண்டிய தில்லையல்லவா? இராமனுடைய உத்தேசம் நடைபெறவில்லை. ஆனால் சீதை மனைவியாகச் செல்லவில்லை. மரவுரியை உடுத்திக்கொண்டு தவத்தியாகவே தொடர முற்பட்டாள். இதனால்தான் இராமன் அவளை உத்திரவிட்டுத் தடுக்க முற்படவில்லை. இராமனுடைய தவவேடத்தையும் இலக்குவனுடைய உபவேடத்தையும் பார்த்தாள் சீதை. 'நான் உங்கள் காரியத்தின் மூன்றாவது ஆள்' என்று கூறுவதுபோல, தானும் தவவேடங்கொண்டு வந்து நின்றாள். கம்பர் இதை,

> அனைய வேலை அகன்மனை எய்தினள்;
> புனையும் சீரம் துணிந்து புனைந்தனள்;
> நினைவில் வள்ளல்பின் வந்து அயல் நின்றனள்
> பனையின் நீள்கரம் பற்றிய கையினாள்
>
> (நகர் நீங்கு 228)

என்று சொல்கிறார். "துணிந்து புனைந்தனள்" என்று ஆழமாக இங்கே கூறப்பட்டிருக்கிறது. உனக்குப் பக்கத்தில் இருந்து தவவாழ்க்கையைக் கையாளுவேன் என்று உறுதி கூறுகிற மாதிரியாக 'துணிந்து' மரவுரியைப் புனைந்துகொண்டாள்.

> சீரை சுற்றித் திருமகள் பின்செல
> மூரி விற்கை இளையவன் முன்செலக்
> காரை ஒத்தவன் போம்படி கண்டஅவ்
> ஊரை உற்றது உணர்த்தவும் ஒண்ணுமோ?
>
> (நகர் நீங்கு 234)

மூன்று பேருந்தான் மரவுரி உடுத்திச் செல்கின்றனர். ஆனால் சீரை சுற்றிச் செல்வது சீதைமட்டுந்தான் என்பதுபோலக் கூறப்பட்டிருப்பது பரிதாபமாக இருக்கிறதல்லவா? கடுமையான தவ வாழ்க்கையைக்

கொண்டு இளவயதில் காட்டுக்கு உற்சாகமாக ஒரு பெண் செல்கிறாள் என்பதால் பாடலும் சிறப்பாகவே அமைகிறது போலும்!

இரவு தங்குகிறார்கள். இலக்குவன் படுக்கைகளைப் புல்லினால் தயாரிக்கிறான். அதில் இருவரும் படுத்து உறங்குகிறார்கள். விடிகிற வரையிலும் இலக்குவன் விழித்தகண் விழித்தபடியே வில்லை ஏந்திய கையோடு காத்து நிற்கிறான்.

அல்லைஆண்டு அமைந்த மேனி
  அழகனும் அவளும் துஞ்ச,
வில்லை ஊன்றிய கையோடும்
  வெய்துயிர்ப் போடும் வீரன்,
கல்லை ஆண்டு உயர்ந்த தோளாய்!
  கண்கள்நீர் சொரியக் கங்குல்
எல்லைகாண் பளவும் நின்றான்:
  இமைப்பிலன் நயனம் என்றான்.   (குகப் 42)

இப்படியாகப் பதினான்கு ஆண்டும் தூங்காமல் இருவரையும் காத்து நின்றான் இலக்குவன் என்று கூறப்படுகிறது.

இராமன் முதலிய மூவரும் நகரை விட்டு நீங்கிக் காட்டுக்குச் சென்று, சித்திரகூட மலையில் இருக்கின்றனர். பரதன் முதலிய யாவரும் அங்கே சென்று, இராமனை வணங்கி அரசை ஏற்று நடத்தும்படி வேண்டுகின்றனர். இதற்கு இராமன் கூறும் பதில் என்ன?

நான் நகருக்கு வந்து அரசாண்டால், தசரத சக்கிரவர்த்தி கொடுத்த வரம் பொய்யாகிவிடும். அது பொய்யானால் என் தந்தை கொடிய நரகத்தில் கிடந்து வருந்த வேண்டி நேரும். அப்படி அவன் நரகத்தில் கிடந்து வருந்தும்படி, நான் மனைவியின் மார்பைக் கட்டித் தழுவிக் கொண்டு இன்ப வாழ்வில் திளைத்து நிலத்தை ஆள்கின்ற காரியத்தைச் செய்வேனா? என்று சொன்னான்.

இம்மை பொய்உரைத்து
  இவறி, எந்தையார்
அம்மை வெம்மை சேர்
  நரகம் ஆள, யான்

கொம்மை வெம்முலைக்
குவையின் வைகிவாழ்
செம்மை சேர்நிலத்து
அரசு செய்கெனோ?

நாட்டில் வாழ்பவர்தாம் பெண் இன்பத்துக்கு உரியவர் என்பதற்கும், வனத்தில் தவவாழ்க்கை புரிபவர்க்குப் பெண் இன்பம் உரியதல்ல என்பதற்கும் இப்பாடலைக் காட்டிலும் வேறு ஆதாரம் வேண்டுமா? கைகேயி கேட்டவரம், "இராமன் காட்டுக்குப் போய்த் தாங்கரும் தவம் மேற்கொள்ள வேண்டும்" என்பதாகும். அப்படித் தவம் செய்யாவிட்டால் தகப்பன் பொய்யனாவான் என்பது இராமனது கொள்கை. ஊருக்குத் திரும்பி மனைவியோடு இன்புற்றிருப்பது தகப்பனை நரகத்தில் தள்ளுகிற காரியம் என்று கூறியிருப்பதை ஊன்றி நோக்கினால் காட்டில் ராமனும் சீதையும் எப்படி வாழ்ந்தார்கள் என்பது தெளிவுபடும். காட்டினுள் சென்ற சீதையும் இராமனோடு தியானம் முதலிய தவத்தொழிலில் ஈடுபட்டுவிட்டாள் என்பதைக் கீழ் வரும் பாடல்களால் அறியலாம்.

மந்தியும் கடுவனும் மரங்கள் நோக்கின:
தந்தியும் பிடிகளும் தடங்கள் நோக்கின
நிந்தையில் சகுந்தங்கள் நீளம் நோக்கின;
அந்தியை நோக்கினான் அறிவை நோக்கினான்.
(சித்திரகூடம் 43)

மாலைப்பொழுது வந்தது. இராமன் தியானத்தில் ஈடுபட்டான். அவனைப் பின்பற்றி இலக்குவனும் சீதையும் தியானத்தில் ஈடுபட்டார்கள். அப்பொழுது மூவரும் எப்படிக் காணப்பட்டார்கள்?

மொய்உறு நறுமலர் முகிழ்த்த வாம்சில;
மைஅறு நறுமலர் மலர்ந்த வாம்சில;
ஐயனோடு இளவற்கும் அமுதனாளுக்கும்
கைகளும் கண்களும் கமலம் போன்றவே.
(சித்திர.44)

பகலில் பூக்கும் பூக்கள் மூடிக்கொண்டன. இரவில் பூக்கும் பூக்கள் மலர்ந்தன. இராமபிரானுக்கும் இலக்குவனுக்கும் அமிர்தம்போன்ற சீதாதேவிக்கும் உள்ள ஆறு கண்களும் ஆறு கைகளும் குவிந்தன கைகூப்பிக் கண்மூடி மோனதியானானந்தத்தில் மூழ்கியிருந்தனர் என்று கூறப்படுகிறது. கரங்களாகிய தாமரை மலர்களும் கண்களாகிய தாமரை மலர்களும் அந்திப்பொழுதில் குவிவது இயற்கைதானே!

சீதை வனத்தில் தவம்புரியும் மகளாகவே இருந்திருக்கிறாள் என்பதற்கு மேலே காட்டிய பாடல்களே போதிய சான்றாகும். மேலும் இராவணனிடம் கும்பகருணன் கூறும்போது சீதையை 'தவத்தி' என்று குறிப்பிடுகிறான்.

என்றுஒருவன் இல்உறை
தவத்தியை இரங்காய்!
வன்தொழிலி னாய்மறை
துறந்துசிறை வைத்தாய்!
அன்றுஒழிவது ஆயினும்
அரக்கர்புகழ் ஐய
புன்தொழிலி னால்இசை
பொறுத்தல்புல மைத்தோ? (இரா.மந்தி.51)

ஒருவனுடைய இல்லாளாக இருப்பவளும் தவக்கோலத்தில் இருப்பவளுமான ஒரு பெண்ணைக் கொண்டுவந்து நெறிதவறிச் சிறையில் வைத்திருக்கிறாய் என்கிறான் அருமைத் தம்பி கும்பகருணன்.

இந்திரசித்தன் இறந்தபின்பு ராவணன் துக்கம் தாங்கமாட்டாமல் கோபவெறி கொண்டுவிட்டான். சீதையினால் தானே இப்படியெல்லாம் ஆகிவிட்டதென்று எண்ணினான். இத்தனைக்கும் காரணமாக இருக்கிற சீதையை வெட்டி வீழ்த்துகிறேன் என்று வாளை உருவிக்கொண்டு ஓடினான் இராவணேசுவரன். பக்கத்திலிருந்த மகோதரன் தடுத்துக் கூறுகிறான்.

மங்கையர் குலத்து ளாளைத்
தவத்தியை முனிந்து வாளால்

> சங்கைஒன்று இன்றிக் கொன்றான்
> குலத்துக்கே தக்கான் என்று
> கங்கைஅம் சென்னி யானும்
> கண்ணனும் கமலத் தோனும்
> செங்கையும் கொட்டி உன்னைச்
> சிரிப்பரால் சிறியன் என்னா.
>
> (இரா. சோகப்58)

இப்படியாக சீதையைத் 'தவத்தி' என்று கூறும் இடங்களும் பலவாகும். இவற்றால் சீதை இல்லறப் பெண்ணாக இல்லையென்பதும் தவக்கோலம் பூண்டு தவவாழ்க்கையை மேற்கொண்டிருந்தாள் என்பது புலனாகும்.

தவம் என்பது இல்லறம் நடத்திக் கொண்டிருப்பவர்க்கும் பொருந்துமோ என்றால், இல்லை; பொருந்தாது. காம உணர்ச்சி அற்றவர்க்கே அது உரியது. 'தவம்' என்ற அதிகாரத்தில் வள்ளுவர் தரும் பாடல் இது.

> துறந்தார்க்குத் துப்புரவுவேண்டி, மறந்தார் கொல்
> மற்றை யவர்கள் தவம். (குறள் 253)

இதனால் துறவிகட்கே உரியது தவம் என்பது பெறப்படுகிறது. மேலும் இதற்கு அடுத்த அதிகாரத் தலைப்பாகிய கூடாவொழுக்கம் என்பதற்குப் பரிமேலழகியார் எழுதும் விளக்கம் வருமாறு:

"தாம் விட்ட காம இன்பத்தை உரன் இன்மையிற், பின்னும் விரும்புமாறு தோன்ற, அவ்வாறே கொண்டு நின்று தவத்தொடு பொருந்தாததாய தீய ஒழுக்கம். அது விளக்குதற்கு இது தவத்தின் பின் வைக்கப்பட்டது."

இவைகளால் தவம் செய்பவர் பெண் இன்பத்தில் நாட்டம் தவிர்ந்திருக்க வேண்டுமென்பது பெறப்பட்டது. கைகேயி இராமனுக்கு இட்ட கட்டளை "தாங்குதற்கு அருமையான தவத்தை மேற்கொண்டு காட்டுக்குச் செல்வாயாக!" என்பதாகும். இவற்றை நோக்குவார்க்குத் தாய்சொற் கொண்டு சென்ற இராமன் காட்டிலிருந்த காலத்தில் காம உணர்ச்சியற்றிருந்தான் என்பது தெளிவாக

விளங்கும். ஆனால், இப்பொழுதுள்ள **கம்பராமாயணத்தில்** இக்கொள்கைக்கு விரோதமான பாடல்கள் பல உள்ளன. சீதை பிரிந்த பிறகு இராமனைக் காம இச்சை படுத்துகிறபாடு சகிக்கும் தரத்ததன்று. கார்காலம் வருவதும், மன்மதன் கைவரிசை காட்டுவதும், இராமன் காதலுக்கு ஏங்கித் தவிப்பதும், பிரிவு சுட்டுப் பொசுக்குவதும் பெரிய கண்றாவியாக இருக்கின்றன. சில வருமாறு:

செப்பு உருக்கு அனையஇம் மாரிச் சீகரம்
வெப்பு உறப் புரம்சுட வெந்து வீவதோ
அப்பு உருக் கொண்டவான் நெடுங்கண் ஆயிழை
துப்புஉருக் குமுதவாய் துகர்ந்து துய்த்தயான்

(கார்காலம் 91)

தெரிகணை மலரொடும் திறந்த நெஞ்சொடும்
அரியவன் துயரொடும் யானும் வைகுவேன்
எரியும்மின் மினிமணி விளக்கின் இன்துணைக்
குரீஇ இனம் பெடையொடும் துயில்வ கூட்டினுள்

(ஷ. 87)

'கூரிய அம்பின் வடிவத்தையொத்த காதற் கண்களையுடைய சீதையின், பவளத்தையும் அல்லி மலரையும் போன்ற வாயிலிருந்து ஊறும் நீரைப்பருகி அனுபவித்த நான், இன்று உருக்கிய செம்புத்துளி போல மழைத்துளியினால் உடல் வெந்து சாவதா? என் நெஞ்சில் பாய்கின்ற மன்மதனுடைய மலர் அம்பினோடும் பிளக்கப்பட்ட நெஞ்சினோடும், பொறுக்க முடியாத துயரத்தோடும் நான் கிடக்கிறேன். ஆனால் குருவிகளெல்லாம் தன் பெட்டைகளுடன் சேர்ந்து மின்மினிப் பூச்சியை விளக்காக வைத்துக் கொண்டு கூட்டினுள் படுத்து உறங்குகின்றன என்று இராமன் புலம்புவதாக மேலேயுள்ள இரு பாடல்களும் கூறுகின்றன.

இப்படித் துன்பப்படுகிற இராமபிரான் பொறுக்க முடியாமல் மன்மதனை நோக்கி, கையால் ஆகாத்தனமாகப் பேசுகிறான். எப்படி?

வில்லும்வெங் கணையும் வீரர்
வெம்சமத்து அஞ்சி னார்மேல்
புல்லுவ அல்ல; ஆற்றல்
போற்றலர் குறித்தல் போலாம்;
அல்லும் நன் பகலும் நீங்காய்!
அநங்க! நீ அருளில்த் தீர்ந்தாய்
செல்லும் என்று எளிவந் தோமேற்
செலுத்தலும் சீர்மைத்து ஆமோ?

(கார்காலம் 63)

'ஏ மன்மதனே, வீரரானவர், கொடிய போரில் அஞ்சிப் புறங்கொடுத்தவர் பேரில் அம்புகளைச் செலுத்த மாட்டார்கள். (நான் தோல்வியுற்ற பிறகும்) இரவும் பகலும் தொல்லை செய்வதை விட்டு நீங்கினாயல்லை. உனக்கு இரக்கமே கிடையாதா? என் போன்ற ஏழையர் பேரில் அம்பு விட்டு அடித்தல் நியாயமாகுமா? என்று இராமன் கெஞ்சித் தவிக்கிறான். இம் மாதிரியான பாடல்கள் எவ்வளவோ கம்பராமாயணத்தில் உள்ளன. இவை இராமனை இழிவு படுத்துதற்கும் கம்பனை மட்டரகமான கவிஞன் என்று கூறுவதற்கும் செருகப்பட்ட செய்யுட்களாகும். இப்பாடல்கள் கிட்கிந்தைக் காண்டத்திலுள்ள கார்காலப் படலத்தில் உள்ளன. இவற்றிற்கு ஆயிரம் பாடல்களுக்கு முன்னமேயே ஆரணிய காண்டத்திலுள்ள அயோமுகிப் படலத்தில்,

தேனின் தெய்வத் திரு நெடு நாட்சிலை
பூநின்று எய்யும் பொருகணை வீரனும்
மேல் நின்(று) எய்ய விமலனை நோக்கினான்.
தானும் தேர்கில னாய்த்தடு மாறுவான்

(அயோமுகி-25)

இதில், "மன்மதனானவன் சீதை பிரிந்து விட்டாள் தனிமையிலிருக்கிறான்; நம்முடைய மலர் அம்புகளைத் தொடுக்கலாம் என்று மலரகிதனான இராமனை நோக்கினான். எப்படி எய்வதென்று தோன்றாமல் தடுமாறினான்" என்று கூறப்படுகிறது.

உழந்த யோகத்து ஒருமுதல் கோபத்தால்
இழந்த மேனியும் எண்ணி இரங்கினான்;
அழுந்து வன்துயர் ஆம்என அஞ்சினான்;
பழந்து யர்க்குப் பரிவுறும் பான்மையான்

(அயோமுகி 26)

முன் ஒரு காலத்தில் ஒரு கடவுளான சிவபெருமான் தவயோகத்திலிருந்தபோது அம்பை எய்து இழந்த உடலை எண்ணி வருந்தினான். முன் நடந்ததற்கு வருந்துகிற அவன் (இப்பொழுது மற்றொரு கடவுளான இராமன் தவவேடத்திலிருக்கும்போது மறுபடியும் அம்பு செலுத்தினால்) மீளாத கொடிய துன்பம் ஏற்படுமென்று பயந்தான்.

இவ்வளவோடு இரவு நீங்கிற்று. மன்மதன் அம்பு போடவில்லை. இந்தப் பாடல்கள், இராமன் சீதையைப் பிரிந்து, சடாயுவைக் கண்டு, மீண்டும் காட்டில் அலையும்போது முதலாவது இரவு வர, அப்பொழுது நிகழ்ந்த நிகழ்ச்சியைக் குறிக்குமிடத்தில் உள்ளன. மன்மதன் விஷயம் இப்படியான பிறகு பிரிவு சுடுவதாகக் கிட்கிந்தைக் காண்டத்தில் பாடல் பாடவேண்டிய தலைவிதி கம்பருக்கு ஏது?

★ ★ ★

முரண்பட வரும் பாடல்களும் பல உள. ஒரு தொடரை இங்கே பார்க்கலாம். அனுமன் இந்திர சித்தனால் கட்டப்பட்டு இராவணனுக்கு முன்னால் கொண்டுபோய் நிறுத்தப் படுகிறான். இதுமுதல் அனுமன் வரலாறு கூறி முடிக்கிற வரையுள்ள பாடல்களை இங்கு வரிசையாகத் தருகிறேன்.

தீட்டிய வாள்ளனத் தெறுகண் தேவியர்
ஈட்டிய குழுஇடை இருந்த வேந்தற்குக்,
காட்டினன் அனுமனை; கடலின் ஆர்அமுது
ஊட்டிய உம்பரை உலைய ஓட்டினான்.

(பிணிவீட்டு 66)

புவனம்எத் தனைஅவை அனைத்தும் போர்கடந்
தவனை உற்று, அரிஉரு ஆன ஆண்தகை

சிவன்எனச் செங்கணான் என்னச் சேவகன்
இவன்எனக் கூறிநின்று இருகை கூப்பினான்.

(67)

நோக்கிய கட்பொறி நுவன்ற வாய்களில்,
தூக்கிய பொறியொடு மயிர்சு ருக்கொளத்,
தாக்கிய உயிர்ப்பொடும் தவழ வெம்புகை
வீக்கினன் அவ்வுடல் விசித்த பாம்பினே

(68)

அன்னதோர் வெகுளியன் அமரர் ஆதியர்
துன்னிய துன்னலர்த் துணுக்கம் சுற்றுற
என் இவண் வரவு? நீ யாரை? என்று அவன்
தன்மையை வினாவினான் கூற்றின் தன்மையான்.

(69)

நேமியோ? குலிசியோ? நெடுங்க ணிச்சியோ?
தாமரைக் கிழவனோ? தறுகண் பல்தலைப்
பூமிதாங்கு ஒருவனோ? பொருது முற்றுற
நாமமும் உருவமும் கரந்து நண்ணினாய்!

(70)

நின்றுஅசைத்து உயிர்கவர் நீலக் காலனோ?
குன்றுஅசைத்து அயில்உற எறிந்த கொற்றனோ?
தென்திசைக் கிழவனோ? திசைநின் றாட்சியர்
என்றுஇசைக் கின்றவர் இவருள் யாவன் நீ?

(71)

அந்தணர் வேள்வியின் ஆக்கி ஆணையின்
வந்துஉற விடுத்ததோர் வயவெம் பூதமோ?
முந்துஒரு மலர்உளோன் இலங்கை முற்றுறச்
சிந்தெனத் திருந்திய திகிரித் தெய்வமோ?

(72)

ஆரைநீ? என்னை இங்கு எய்து காரணம்?
ஆர்உனை விடுத்தவர்? அறிய ஆணையால்
சோர்விலை சொல்லுதி! என்னச் சொல்லினான்.
வேரொடும் அமரர்தம் புகழ்வி ழுங்கினான்.

(73)

சொல்லிய அனைவரும் அல்லென்; சொன்ன அப்
புல்லிய வலியினோர் ஏவல் பூண்டிலென்;
அல்லியங் கமலமே அனைய செங்கண் ஓர்
வில்லிதன் தூதன்யான் இலங்கை மேயினேன்.

(74)

அனையவன் யார்என அறிதி யாதியேல்
முனைவரும் அமரரும் மூவர் தேவரும்
எனையவர் எனையவர் யாவர் யாவையும்
நினைவு அரும் இருவினை முடிக்க நின்றுளோன்.

(75)

ஈட்டிய வலியும் மேனாள்
இயற்றிய தவமும் யாணர்க்
கூட்டிய படையும் தேவர்
தீட்டிய வாளும் வேலும்
கொடுத்தநல் வரமும் கொட்பும்
திருத்திய வாழ்வும் எல்லாம்
நீட்டிய பகழி ஒன்றால்
முதலொடும் நீக்க நின்றான். (ஷ 76)

தேவரும் பிறரும் அல்லன்;
திசைக்களிறு அல்லன்; திக்கின்
காவலர் அல்லன்; ஈசன்
கைலைஅம் கிரியும் அல்லன்;
மூவரும் அல்லன்; மற்றை
முனிவரும் அல்லன்; எல்லைப்
பூவல யத்தை ஆண்ட
புரவலன் புதல்வன் போலாம். (ஷ 77)

போதமும், பொருந்து கேள்விப்
புரை அறு பயனும், பொய்தீர்
மாதவம் சார்ந்த தீரா
வரங்களும், மற்றும் முற்றும்
யாதுஅவன் நினைந்தான் அன்ன
பயந்தன; ஏது வேண்டின்
வேதமும் அறனும் சொல்லும்
மெய்அற மூர்த்தி வில்லோன். (78)

காரணம் கேட்டி ஆயின்,
 கடையிலா மறையின் கண்ணும்
ஆரணம் காட்ட மாட்டா
 அறிவினுக்கு அறிவும் அன்னோன்;
போர்அணங்கு இடங்கர் கவ்வப்
 பொதுநின்று முதலே என்ற
வாரணம் காக்க வந்தான்
 அமரரைக் காக்க வந்தான். (79)

மூலமும் நடுவும் ஈறும்
 இல்லதோர் மும்மைத்து ஆய
காலமும் கணக்கும் நீத்த
 சூலமும் திகிரி சங்கும்
காரணன்; கைவில் ஏந்திச்
 கரகமும் துறந்து, தொல்லை
ஆலமும் மலரும் வெள்ளிப்
 பொருப்பும்விட்டு அயோத்தி வந்தான். (80)

அறம்தலை! நிறுத்தி, வேதம்
 அருள்சுரந்து அறைந்த நீதித்
திறம்தெரிந்து, உலகம் பூணச்
 செந்நெறி செலுத்தித், தீயோர்
இறந்துஉக நூறித், தக்கோர்
 இடர் துடைத்து ஏக, ஈண்டுப்
பிறந்தனன்; தன்பொற் பாதம்
 ஏத்துவார் பிறப்பு அறுப்பான். (81)

அன்னவற்கு அடிமை செய்வேன்;
 நாமமும் அனுமன் என்பேன்;
நன்னுதல் தன்னைத் தேடி
 நாற்பெரும் திசையும் போந்த
மன்னரில், தென்பால் வந்த
 தானைக்கு மன்னன் வாலி
தன்மகன்; அவன் தன் தூ தன்
 வந்தனென் தனியேன் என்றான். (81)

என்றலும் இலங்கை வேந்தன்,

எயிற்றினம் எழிலி நாப்பண்
மின்திரிந் தென்ன நக்கு,
வாலிசேய் விடுத்த தூத!
வன்திறல் ஆய வாலி
வலியன் கொல்? அரசின் வாழ்க்கை
நன்று கொல்? என்ன லோடும்
நாயகன் தூதன் நக்கான். (81)

அஞ்சலை அரக்க! பார்விட்டு
அந்தரம் அடைந்தான் அன்றே
வெஞ்சின வாலி! மீளான்!
வாலும்போய் விளிந்தது அன்றே!
அஞ்சன மேனி யான்தன்
அடுகணை ஒன்றால் மாழ்கித்
துஞ்சினன் எங்கள் வேந்தன்
சூரியன் தோன்றல் என்றான். (81)

இங்கே காட்டப்பட்ட 19 பாடல்களுள் 12 பாடல்கள் செருகப்பட்டவை.

67–ம் பாடல்

'இந்திரசித்தன் இராவணனை நெருங்கி, இந்தக் குரங்கு உருவம் கொண்ட ஆணிற் சிறந்தவன் சிவபெருமானைப் போலவும், திருமாலைப் போலவும் உள்ள வீரனாவான் என்று சொன்னான்' என்றிருக்கிறது. அனுமன் செய்த காரியங்கள் ஒவ்வொன்றும் இந்திரசித்தனுக்குத் தெரிந்ததைவிட இராவணனுக்கு நன்றாகத் தெரியும். இந்திரசித்தன் வாயினால் 'ஆண்தகை' என்று பிடிபட்ட குரங்கைக் கூறுவது இயலாத ஒன்று.

69–ம் பாடல்

'எதற்காக வந்தாய்? நீ யார்?' என்று அனுமனின் தன்மையை வினவினான் இராவணன். "என் இவண் வரவு? நீ யாரை?" என்ற சொற்கள் இப்பாடலிலுள்ளன.

73-ம் பாடல்

"ஆரைநீ? என்னை இங்கு எய்து காரணம்? ஆர்உனை விடுத்தவர்?" என்று இருக்கிறது. இந்தப் பாடலில் மூன்று விஷயங்கள் கேட்கப்பட்டுள்ளன. 69-ம் பாடலில் "என் இவண் வரவு? நீயாரை?" என்ற வினாக்களுக்குப் பதில் அனுமன் வாயிலிருந்து வருவதற்கு முன்னதாகவே மளமளவென்று உத்தேச வினாக்கள் இராவணன் வாயிலிருந்து கிளம்புகின்றன. நீயார்? நீயார்? எங்கே வந்தாய்? எங்கே வந்தாய்? என்று எத்தனை தரந்தான் கேட்கிறது!

70-ம் பாடல்

நீ திருமாலா? இந்திரனா? சிவனா? நான்முகனா? ஆதிசேடனா? யார்? என்று இராவணன் கேட்கிறான். பயப்படாமல் இங்கேவந்து இலங்கையை அழித்தவனைப் பார்த்து, "நீ இந்திரனா" என்று இராவணன் கேட்பது விந்தையல்லவா? இலங்கையையும் இராவணனையும் இந்திரசித்தையும் பற்றிப் பெயரைக் கேட்கும்போதே இந்திரன் கதி என்னவாகுமென்பது இராமாயணத்தில் சிறிது பழகினாரும் அறிவர். இந்திரனே இப்படிச் செய்தாலுங்கூட ராவணனுடைய உள்ளத்தில் இந்திரன் ஒரு பொருளாக நினைப்புக்கு வரமுடியாது. இராவணன் என்ற பாத்திரம் அப்படிப்பட்டது. ஆதிசேடனை வீரத்துக்கு எடுத்துக் காட்டியது அசட்டுத்தனமல்லவா?

71-ம் பாடல்

"நின்று அசைத்து உயிர்கவர் நீலக் காலனோ?" "தென்திசைக் கிழவனோ?' இந்த இரண்டும் எமனைத்தான் குறிக்கும். தென்திசைக் கிழவன் என்பது 'அகத்தியன்' என்று சிலர் பொருள் கூறுகின்றனர். அகத்தியனைத் தென்திசைக் கிழவன் என்று யாரும் கூறியதில்லை. அப்படி வைத்துக்கொண்டாலும், இப்படி வந்து மரம் மட்டைகளைப்

பிடுங்கி ஊரை அழித்து நாசம் செய்கிற வேலையில் பெரிய நிபுணனா அகத்தியன்? அரக்கர் சேனைகளையும் சேனைத் தலைவர்களையும் மரங்களைப் பிடுங்கி அடித்துக்கொன்று தீர்ப்பதில் அகத்தியன் கைதேர்ந்தவனா? சேனாதிபதிகளைக் கொன்று அக்கனைத் தேய்த்து நிமிர்ந்து நின்ற ஒருவனைப் பார்த்து, ஓகோ நீ அகத்தியனா என்று இராவணன் கேட்கிறான்! அகத்தியன் ஒரு முனிவன். வேண்டுமானால் இருந்த இடத்திலிருந்து சாபமிட்டு அழிக்கலாம்; இப்படி வந்து குரங்குத்தனம் செய்தான் என்று யாரும் நினைக்க இடமுண்டா? நிகழ்த்திய நிகழ்ச்சியிலிருந்துதான் நினைப்பு வருமென்ற தத்துவத்தை உணராதவர் பாடிய பாடல் இது. தவிர, இதே பாடலில், "திசை நின்றாட்சியர் என்று இசைக்கின்றவர் யாவருள் யாவன் நீ?" என்று இருக்கிறது. திக்குப் பாலகர் எண்மரில் நீ யாவன்? என்பது இதன் பொருள். எட்டுத்திக்குப் பாலகருள் யமனும் ஒருவன். ஆகவே, யமனா? யமனா? யமனா? என்று மூன்று முறை ஒரு பாடலில் கேட்கப்படுகிறது. யமனுக்கா இராவணன் பயப்படுகிறான்? 77-ம் பாடலிலும் திக்குப் பாலகருள் ஒருவனா என்று வருகிறது.

72-ம் பாடல்

அந்தணர் வேள்வியில் ஆக்கிவிட்ட பூதமோ என்று கேட்கிறான். அந்தணர் இராவணன் கூட்டத்திற்கு எப்படி என்பது யாவருக்கும் தெரிந்த விஷயம். பூதம் இட்டிலி போலவும் அந்தணர்கள் துவையலுக்கு வைத்தறைக்கின்ற வறமிளகாய் போலவும் என்பதை நாம் உணரவேண்டும். மிகப் பெரிய அந்தணனான விசுவாமித்திரன், 'என்னைக் கோதென்று உண்டிலள், இத்தனையே குறை' என்று தாடகையைப்பற்றிக் கூறியிருக்கிறார். தாடகைக்கே அப்படியானால், இராவணனுடைய எண்ணத்தில் அந்தணர் எந்த நிலையினைப் பெறுதல் கூடும்? இராவணனாகிய பாத்திரத்தைக் கம்பர் எப்படிப் படைத்திருக்கிறார் என்பதைத்தொடர்ந்து அறிய அவகாசம் பெறாதவர்களின்

எழுதுகோலைத் துணைப்பற்றி எழுந்துள்ள பாடல்களாகும் இவை.

இனி அனுமன் என்ற பாத்திரத்தைச் 'சொல்லின் செல்வன்' என்ற பட்டம் சூட்டிக் கம்பர் படைத்திருக்கிறார் என்பதை மனத்தில் வைத்துக் கொண்டு மற்றுமுள்ள பாடல்களைப் பார்க்கலாம்.

74-ம் பாடல்

மும்மூர்த்திகள், இந்திரன், ஆதிசேடன், அகத்தியன், பூதங்கள், திக்குப் பாலகர்கள் முதலிய எல்லாப் புல்லியோர்களுடைய ஏவல் பூணவில்லை. இராமனுடைய தூதன் யான் என்று இந்தப் பாடலில் சொல்கிறான். 82-ம் பாடலில் "வாலி தன் மகன் அவன் தன் தூதன் வந்தனன்" என்று கூறுகிறான். ஆனால் இராவணனோ (இராமதூதா! என்று விளிக்கவில்லை) 83-ம் பாடலில் "வாலி சேய் விடுத்த தூத!" என்று விளித்துப் பேசுகிறான். 74-ம் பாடலையும் 82-ம் பாடலையும் படித்து உணர்ந்தால் செருகு எப்படி நடந்திருக்கிறதென்பது நன்கு தெளிவுபடும்.

75-முதல் 78 வரை

இந்த ஐந்து பாடல்களிலும் இராமனுடைய பெருமையும் ஆற்றலுந்தான் கூறப்படுகின்றன. இவையெல்லாம் 80, 81 ம் பாடல்களுள் அடங்கியவைதாம். 77-ல் 'கைலையங்கிரியும் அல்லன்' என்று கூறுவது செருகு புலவருக்கன்றி வேறு யாருக்குத்தான் வரும்?

பூஞ்செடிகளும் பழச்செடிகளும் காய்கறிப் பயிருமுள்ள அழகிய ஒரு பெரிய தோட்டத்தில் ஒரு காளை மாடு புகுந்து அழித்தது. அதனைக் காவற்காரரால் பிடிக்க முடியவில்லை. தோட்ட முதலாளியின் சின்ன மகன் சென்றான். காளைமாடு மிதித்துக் கொன்று விட்டது. இன்னும் பல வேலையாட்கள் சென்றார்கள். காளை பிடிப்படவில்லை. அது மேலுங் கோபங்கொண்டு தன்னைப்

பிடிக்க வந்தவர்களைப் பாய்ந்து கொன்றும் காயப்படுத்தியும் அட்டகாசம் செய்கிறது. தோட்ட முதலாளியின் மூத்த மகன் சென்று எப்படியோ காளையைப் பிடித்து விட்டான். அவன் காளையைக் கொண்டு வந்து தோட்ட முதலாளிக்கு முன்னர் நிறுத்தினால் அவர் அந்தக் காளையை நோக்கி, ஏ காளையே, இப்படிப் புகுந்து என்னுடைய அழகிய தோப்பை அழித்து விட்டனையே! நீ சிவனா? திருமாலா? யமனா? வருணனா? வாயுவா? நெருப்பா? மலையா? கடலா? ஏரியா? குளமா?" என்று ஆயிரம் ஐய வினாக்களை எழுப்பிக் கொண்டிருப்பாரா? "இது யாருடைய மாடு? இங்கு எப்படி வந்தது?" என்று தான் வினவுவார். அடுத்து அதற்குத் தக்க பரிகாரம் நடைபெறும். இது உலகியலிலுள்ள சிறியதோர் சாதாரண நிகழ்ச்சி. இங்கேயுள்ள இராவணனோ உலகிலேயே பராக்கிரமசாலி. நிகரற்றவன்: பயமென்பதை அறியாதவன். மும்மூர்த்திகளைத் துரும்பாக எண்ணியிருப்பவன். அவனுக்கு முன்னால் ஒரு குரங்கைப் பிடித்து வந்து நிறுத்தி இருக்கின்றனர். அநுமன் சிறிய திருவடி, மகாபெரியவன் என்றெல்லாம் நமக்குத் தெரியும். இராவணன் கண்ணில் அவன் குரங்கு தானே! தோப்பை அழித்த காளை மாட்டைக் கடவுள் அவதாரமென்று நினைக்காமல் காளைமாடு மிகப் பொல்லாத மாடு என்று எவ்வாறு தோட்டக்காரர் நினைக்கின்றாரோ அப்படியே இராவணனும் அனுமானை ஏதோ சேட்டையும் வலியும் படைத்த ஒரு பெரிய குரங்கென்றுதான் நினைக்கிறான். "நீ யார்? எதற்காக இங்கு வந்தாய்? யார் உன்னை அனுப்பினார்?" என்று இயல்பாகக் கேட்கிறான். ஏதோ விஷயம் அசிங்கமாக நடந்து விட்டதென்பதைத் தவிர இராவணன் முன்னிலையில் கொசு பறந்து கடிப்பது போன்ற நிகழ்ச்சிதான் இது!

இராவணன் சந்நிதியில் மனிதர், உணவுக்குத் தொட்டுக்கொள்கிற ஊறுகாய் மாதிரி. குரங்குவர்க்கமோ அதுவுமில்லை. இதை மனத்தில் வைத்துக் கொண்டு செருகு பாடல்களை மாறிமாறிப் படித்தால் நகைச்சுவைக்கு வேறு இலக்கு வேண்டியிராது.

79-ம் பாடல்

மும்மூர்த்திகளும் சேர்ந்த வடிவம் இராமன் வடிவம் என்பது 80-ம் பாட்டின் பொருள். இதைப் படிக்காத பக்தர் ஒருவர் தங்கொள்கை கூறமுற்பட்டு, 79-ம் பாட்டைப் பாடியிருக்கிறார் என்று கருதலாம். "முதலை காலைப் பிடித்துக்கொண்டபோது, கஜேந்திர ஆழ்வார் 'ஆதிமூலமே!' என்று கதற, அதைக் காப்பாற்றத் திருப்பாற் கடலில் பள்ளி கொண்டிருந்த பரந்தாமன் வந்தானல்லவா? அவன் தான் இப்பொழுதும் உன்னைக்கொன்று தேவரைக் காக்க வந்திருக்கிறான்" என்பது பொருள். இந்தக் கருத்து ஒரு வைணவ பக்தரின் கருத்தேயன்றி கம்பர் படைத்து நடத்திவருகிற அனுமனின் கருத்தன்று. 79- ம் பாடலையும் 81-ம் பாடலையும் படித்து செருகு பாடல், உண்மைப் பாடல் என்பவற்றின் தன்மையை உணரவேண்டும். 79-ம் பாடலில் "காரணம் கேட்டியாயின் கடையிலா மறையின் கண்ணும், ஆரணம் காட்டமாட்டா" என்ற தொடர் இவருக்கல்லாது வேறு யாருக்கு வரும்? மறையின் என்பதற்கும், ஆரணம் என்பதற்கும் காரணம் என்பதற்கும், பொருள் என்னவோ? இலக்கண முடிபென்னவோ? ஆனால், ஒன்று தெரிகிறது. காரணம் என்பதற்கு நேரே ஆரணம் என்று இருக்கிறது. எதுகை! பாட்டைப்பாடி முடித்து விட்டு நிரப்ப முடியாமல் விழுந்து கிடந்த பள்ளத்தில் ஆரணத்தைப் பிடித்துத்தள்ளி நிரப்பியிருக்கிறார். பாவம்! இராமன் வடிவில் மூன்றிலொரு கூறுதான் நாராயணனுக்கு அனுமன் கொடுத்திருக்கிறான். பக்தருக்கு அது போதவில்லை. இவர்களைப் போல சைவ மெய்யன்பர்களும் சாதித்திருக்கிறார்கள்.

அனுமன் கூறுகிற பதில் 74-ல் தொடங்கி 82-வரையிலும் போய் முடிகிறது. ஒருவனுடைய வினாவுக்கு மற்றொருவன் கூறுகிற பதில் இரண்டு சந்தங்களில் வருவது கவனிக்கத்தக்கது. சந்தம் மாற்றுவதற்குத்தக்க காரணம் வேண்டும். பாவ உணர்ச்சிகளை விளக்க வேண்டிய தேவை குறித்து ஒருநிகழ்ச்சி அல்லது ஒருநிகழ்ச்சியின் பகுதி முடிவுற்ற பிறகு சந்தம் மாறுவது இயல்பு. கவிச் சக்கரவர்த்தியாகிய

கம்பர் இங்கே ஏன் சந்தம் மாற்றவேண்டும்? என்ற வினா எழும்போது விடை கிடைக்கவில்லை.

★ ★ ★

இந்திரசித்து வதைப்படலத்தில் சில பாடல்களைப் பார்க்கலாம். இந்திரசித்து இறந்தான். வெட்டுப்பட்ட இந்திரசித்தனின் தலையை எடுத்துக் கொண்டு அங்கதன்வர, இலக்குவன் கூடவருகிறான். இந்தக்காட்சியைக் கவலையோடிருந்த இராமன் பார்க்கிறான். அவனுக்கு எல்லையற்ற மகிழ்ச்சி உண்டாகிறது. ஒரே வியப்பு. கம்பர் பாடுகிறார்:

வன்புலம் கடந்து மீளும்
தம்பிமேல் வைத்த மாலைத்
தன்புல நயனம் என்னும்
தாமரை சொரியும் தாரை
அன்புகொல்? அழுக ணீர்கொல்?
ஆனந்த வாரி யேகொல்?
என்புகள் உருகிச் சோரும்
கருணைகொல்? யார் அது ஓர்வார்?

(இந்திரவதை 65)

விழுந்திழி கண்ணின் நீரும்
உவகையும் களிப்பும் வீங்க,
எழுந்து எதிர் வந்த வீரன்
இணை அடி முன்னர் இட்டான்:
கொழுந்து எழும் செக்கர்க் கற்றை
குழாங்கொள எயிற்றின் ஈட்டம்
அழுந்துற மடித்த பேழ்வாய்த்
தலை அடி இறை ஒன்றாக **(66)**

இவ்விரு பாடல்களிலும் இலக்குவனை இராமன் பார்த்து ஆனந்தக் கண்ணீர் சொரிகிறான். இந்த நிலையை யாரால் வருணிக்க முடியும்? இந்த நிலையில் இராமன் எழுந்து தம்பியின் எதிரே சென்றான். இந்திரசித்தின் தலையை அங்கதனிடமிருந்து வாங்கி அதனை இராமனுக்குப்

பாதகாணிக்கையாக வைத்தான் இலக்குவன். இனி, இராமன் செயல் எப்படியாயிற்று? இராமனுக்கு வாய் அடைத்துப் போயிற்று. அளவு கடந்த உவகையில் ஏற்படும் மெய்ப்பாடு இங்கே தெளிவு பெற நிகழ்கிறது.

தலையினை நோக்கும்; தம்பி
மலையினை நோக்கும்; நின்ற
கொற்றவை தழீஇய பொற்றோள்
மாருதி வலியை நோக்கும்;
சிலையினை நோக்கும்; தேவர்
செய்கையை நோக்கும்; செய்த
கொலையினை நோக்கும்; ஒன்றும்
உரைத்திலன்; களிப்புக் கொண்டான். (67)

வீர உணர்ச்சியோடு, கோபக் கனலோடு காட்சியளிக்கும் இந்திரசித்தின் தலையைப் பார்த்தான் உடனே திரும்பி இந்தத் தலையைவெட்டி வீழ்த்திய தம்பியின் மலைபோன்ற தோள்களைப் பார்த்தான்; பக்கத்தில் நிமிர்ந்து நிற்கிற அனுமனின் வலிமை எப்படிப்பட்டது என்று கருதினான்; இந்த வில்தானா இவ்வளவு பெரிய வலிய வீரனைச் சாய்த்தது என்று தம்பிகையிலிருக்கிற வில்லைப் பார்த்தான்; கூத்தாடுகிற தேவர்களையும் திரும்பிப் பார்த்தான்; உலகத்திலேயே நடவாத இந்தப் பெரிய பேர்வழி செத்தானா என்று நினைத்தான்; வாய் நன்றாக அடைத்துப் போய்விட்டது. களிப்பு மேலும் மேலும் பொங்கி மீறுகிறது. முந்தின களிப்புக்கே, இலக்குவனைக் கண்டது முதல் வாய்ப் பேச்சு நின்று போய்விட்டது. இப்பொழுது களிப்பு இன்னும் ஏறி வளர்கிறது. அடுத்து நிகழ்வது என்ன?

காள மேகத்தைச் செக்கர்
கலந்தெனக், கரிய குன்றம்
நாள் வெயில்ப் பரந்தது என்ன
நம்பிதன் தம்பி மார்பில்
தோளின் மேல் உதிரச் செங்கேழ்ச்
சுவடுதன் மார்பில்த் தோன்றத்,
தாளின் மேல் வணங்கி னானைத்
தழுவினன் தனித்துஒன்று இல்லான், (68)

காலில் விழுந்து வணங்கிய இலக்குவனை இராமன் வாரித் தூக்கினான். இலக்குவனுடைய மார்பிலும் தோளிலும் நிறைந்திருந்த இரத்தத்தின் சுவடு தன் மார்பிலும் படியும்படி தழுவினான். வாய் பேசவில்லை.

தூக்கிய தூணி வாங்கித்
தோளொடு மார்பைச் சுற்றி
வீக்கிய கவச பாசம்
ஒழித்து அது விரைவின் நீக்கித்
தாக்கிய பகழிக் கூர்வாய்
தடிந்தபுண் தழும்பும் இன்றிப்
போக்கினன் தழுவிப் பல்கால்
பொற்றடம் தோளின் ஒற்றி (ஷ 70)

தழுவிக்கொண்ட இராமன் என்ன செய்தான்? அம்பறாத் தூணியை அவிழ்த்தான். கவசத்தைக் கழற்றினான். தம்பியின் உடலில் பாய்ந்திருந்த அம்புகளைப் பிடுங்கினான். பிறகு ஆயிரம் தரம் கட்டிக் கட்டித் தழுவினான். அந்த அன்புக் கடலில் திளைத்த இலக்குவன், புண் ஏற்பட்ட உணர்ச்சியும் தழும்பு உண்டு என்ற உணர்ச்சியும் அற்று அன்பு மயமாகும் படியாகிவிட்டது.

இதற்குப் பிறகுதான் இராமனின் வாய் திறக்கிறது! அவனாகச் சொல்கிறான்.

ஆடவர் திலக! நின்னால்
அன்று; இகல் அனுமன் என்னும்
சேடனால் அன்று; வேறோர்
தெய்வத்தின் சிறப்பும் அன்று;
வீடணன் தந்த வெற்றி
ஈதுஎன விளம்பி மெய்ம்மை
ஏடு அவிழ் அலங்கல் மார்பன்
இருந்தனன் இனிதின். இப்பால், (71)

இலக்குவன் தோளைத் தழுவிக் கொண்டிருக்கும் போதே இந்த வெற்றிக்கு யார் காரணம் என்று உள்ளம் எண்ணிப்பார்த்திருக்கிறது. மெய்ப்பாடு முற்றுப்பெறும் இடம் கண்டு வாய் தானாக மொழிகிறது. இந்த வெற்றிக்கு

இலக்குவன் செயல், அனுமன் உதவி, தேவர் ஆசி எல்லாம் காரணங்களாக இருந்தாலும் வீடணனாலேதான் வெற்றிகிட்டியது என்று ஒருவார்த்தை சொன்னான் இராமன். இதற்குமேல் அவனைப் பேசவிடாமல் படலத்தைக் கம்பர் முடித்துவிட்டார். இந்த ஒரே சொல்லுக்கு மேலே சொல்ல என்ன இருக்கிறது?

இராமனின் ஆச்சரியத்திலிருந்து எழுந்த எண்ணமானது 67-ம் பாடலில் கருக்கொள்கிறது. தலையைப்பார்த்தான்; தம்பியின் தோளைப் பார்த்தான்; அனுமனைப் பார்த்தான்; தேவரைப் பார்த்தான்; இவர்களில் யாரால் இவ்வெற்றி கிடைத்தது என்ற யோசனை, உள்ளத்தினுள்ளே ஒரு புறத்தில் நடந்து கொண்டே இருந்திருக்கிறது. அந்தச் சர்ச்சையின் முடிவாக 70-ம் பாடலில், தன் எதிரில் இல்லாத வீடணன் நினைப்பு வந்ததும், அவனால் தான் இந்த வெற்றி கிடைத்தது என்று தோன்றுகிறது. அந்த முடிவு தானாக வெளிவருகிறது. அதிஉச்சநிலையில் நிற்கும் இந்த மனோதத்துவத்தை எடுத்துக் காட்டுதல் மகாகவிகளுக்குத்தான் முடியும்?

விஷயம் இப்படியிருக்க, ஒரு புண்ணியவான் கீழ்வரும் பாடலைப்பாடி 68-க்கும் 70-க்கும் இடையில் செருகி யிருக்கிறார். 68-70 இரண்டையும் இராமனின் மெய்ப்பாடு கட்டிப் பிடித்துக்கொண்டிருக்கிறது. நல்ல மைசூர்ப்பாகைக் கடித்துத் தின்று சுவைக்கிறபோது மண்ணாங்கட்டியை வாயில் திணிக்கிற மாதிரி செருகியிருக்கும் பாடல் வருகிறது.

கம்ப மதத்துக் களியானைக்
காவற் சனகன் பெற்று எடுத்த
கொம்பும் என்பால் இனிவந்து
குறுகி னாள்நன்று எனக்குளிர்ந்தேன்
வம்பு செறியும் மலர்க் கோயில்
மறையோன் படைத்த மாநிலத்தில்
தம்பி உடையான் பகை அஞ்சான்
என்னும் மாற்றம் தந்தனையால் (69)

இதில், 'கம்பமதத்துக் களியானைக் காவல் சனகன்!' என்ற தொடர் அமைந்திருப்பதே ஒரு அற்புதம். இப்பாடலில்

எழுவாய் இல்லை; பயனிலையும் கிடையாது. குளகம் என்றால் அடுத்த 70-ம் பாடலில் தூணியை வாங்குகிறானே! 68-க்கும் 70-க்கும் இடையில் சந்தம் மாறுவானேன்? இப்பாடல்களைப் பல முறை படித்து, மெய்ப்பாடு எப்படி நிகழ்கிறது என்பதை உணர்தல் வேண்டும். மகிழ்ச்சியின் உச்சம் எப்படி மலரும்? எப்படி மௌனம் கலைந்து சொல் தோன்றும் என்பன எல்லாம் கம்பரது ஆழ்ந்த அகன்ற அறிவிலே தோன்றுகின்றன. கவியிலே கொண்டுவருகிற பரிபூரண கடாட்சமும் அவருக்குக் கிடைத்திருக்கிறது. 'கம்ப மதத்து'ப் பாடல் கரியைப் பூசிக்கொண்டு நடுவிலிருந்து சண்டித்தனம் செய்கிறது.

★ ★ ★

இப்படிப்பட்ட செருகு பாடல்கள் ஒருபுறமிருக்க, அசிங்கமான பாடல்கள் பலவும் காணப்படுகின்றன. அவைகளையெல்லாம் கம்பன் தலையில் கட்டி கம்பன் ஒரு கழிபட்டவன் என்று கூறி மகிழ்கின்ற மக்களும் தமிழகத்தில் இருந்திருக்கின்றனர்.

சோழன் நலங்கிள்ளி என்ற இளைஞன் பாடிய பாடல் ஒன்று புறநானூற்றில் இருந்து ஒளிசெய்கிறது. அவன் சொல்கிறான்:

மரியாதையாக வந்து என் காலில் விழுந்து வணங்கிக் 'கொடு' என்று கைநீட்டிக் கேட்டால் இந்த அரசையல்ல, என்னுடைய இனிய உயிரையும் கொடுக்கத் தயார்! இங்குள்ள படைவீரரை அலட்சியப்படுத்திப் போர் என்று சொன்னால் கொண்டு வந்த உயிரைக் கொண்டுபோவது முடியாத காரியம்! யானைக் காலில் அகப்பட்ட மூங்கிலைப்போல அவர்களை நொறுக்கித் தள்ளாவிட்டால் இப்படிப் போகிறேன்' என்று சபதமிடுகிறான். எப்படிப் போகிறானாம்?

பல் இரும் கூந்தல் மகளிர்
ஒல்லா முயக்கிடைக் குழைகஎன் தாரே

என்று கூறினான். "கற்பு நிலை பெயர்ந்த பெண்ணின் கூடாத சேர்க்கையின் போது இரு மார்புக்கும் இடையில் என்னுடைய மாலை கிடந்து கசங்கட்டும்" என்பது அவன்

கூறிய வஞ்சினம். இது சில ஆயிரம் ஆண்டுகட்கு முந்தின காலச் செய்யுள். இப்படி ஒழுக்க உரம் பெற்றிருந்த தமிழ் நாட்டில் பத்தொன்பதாம் நூற்றாண்டிலிருந்த ஒரு புலவர்,

செங்கை பிடித்து மணம்
செய்தோரும் பார்த்திருக்கக்
கொங்கை பிடித்து
இழுக்கும் கோமானே!

என்று ஒரு சிற்றரசனைப் புகழ்ந்து பாடிப் பரிசு பெற்றார். வர வர தமிழ்ப் புலவர்கதி இப்படி ஆகிவிட்டது. சோழன் நலங்கிள்ளி எங்கே? இந்தப் பாழடைந்த பாட்டைக் கேட்டு சம்மானம் செய்த படுபாதகன் எங்கே? இதற்கிடையில் உள்ள புலவர்கள் ஆபாசப் பாடல்கள் பலவற்றைப் பாடிக் கம்பர் தலையிலும் கட்டியிருக்கிறார்கள் என்பதைக் கண்டு வியப்படைய வேண்டியதில்லை.

இந்தரகப் பாடல்களைப் பார்த்துக் கம்பன் கழிபட்டவன், கம்பன் காவியம் கழிபட்டது என்று அறிஞர் அண்ணாத்துரையார் திட்டுவதில் பிசகு ஒன்றும் இல்லை. நடந்திருக்கிற விஷயம் வேறு. நான் கண்ட அனுபவம் ஒன்றை இங்கே கூறுகிறேன்.

நான் இருக்கிற ஊர்ப்பக்கத்தில் செல்வர் ஒருவர் இருந்தார். அவர் பணத்தில் சிறிது அழுத்தமுடையவர். அவரிடம் பணஉதவிபெறச் சிலர் நெருங்கினர்; அவர் கொடுக்கவில்லை. கண்டிப்பாகக் கொடுப்பதில்லை என்று கூறிவிட்டார். இதனால் அந்த யாசகர் கோபங்கொண்டனர். பணக்காரரை என்ன செய்ய இருக்கிறது! சில நாட்கள் கழிந்தன. யாசகர்கள் யோசனை செய்து ஒரு வழி கண்டு பிடித்தனர். ஒரு கஞ்சாச் செடியைக் கொண்டு வந்தனர். மெதுவாக இந்தப் பணக்காரரின் வீட்டுக் கொல்லையில் கொண்டுபோய் நட்டு, அதற்கு நன்றாகப் பண்ணைபிடித்துத் தண்ணீரையும் ஊற்றி வைத்து விட்டனர். காலையில் தோட்டக்காரன் வந்தான். பார்த்தான். சரி; இதை முதலாளிதான் வாங்கி வந்து வைத்திருக்கிறார் என்று நினைத்துக் கொண்டான். முதலாளி வந்து பார்த்தார்.

சரி; இதைத்தோட்டக்காரன் தான் கொண்டுவந்து வைத்திருக்கிறான் என்று நினைத்துக் கொண்டார். ஒரு சில மாதங்கள் சென்றன. செடி வளர்ந்தது. அற்புதமாகப் பூத்தது. செடியை நட்டவர்களும் இதைக் கவனித்துக் கொண்டுதானே இருக்கிறார்கள்? "கஞ்சாச் செடியை வைத்து இந்தத் தோட்டக்காரர் வளர்த்து வருகிறார்" என்று போலீசுக்கு ஒரு கடிதம் எழுதிப் போட்டனர். போலீசார் வந்தனர். முதலாளியையும் தோட்டக்காரனையும் அரஸ்டு செய்து கொண்டுபோய்விட்டனர். என்ன என்று தனக்குத் தெரியாது என்றார் முதலாளி; தனக்கும் ஒன்றும் தெரியாது என்று கூறினான் தோட்டக்காரன். செடியோ பல நாட்களாகத் தண்ணீர் விட்டு வளர்க்கப்பட்டிருக்கிற என்பதற்குச் சான்றாக நிற்கிறது!

இம்மாதிரி கம்பர் பேரிலும் தமிழின் பேரிலும் பழிகாண விரும்பியவர் ஆபாசப் பாடல்களைப்பாடிக் கம்பர் காவியத்தின் இடையில் நட்டு வைத்திருக்கின்றனர். இன்ஸ்பெக்டர் அண்ணாத்துரைக்கும் தெரிவித்து விட்டார்கள். "சரி; எங்கள் இராஜ்யத்தில் இப்படி ஒரு சட்டவிரோதமான தோட்டம் இருக்கக்கூடாது, கொழுத்து "என்கிறார் அதிகாரி. உண்மையைச் சொல்லிக் கஞ்சாச் செடியைப் பிடுங்கி எறிந்தால் வழக்கு வாபஸ் ஆகிவிடாமல் என்ன செய்யப் போகிறது?

★ ★ ★

தரங்குறைந்த - மட்டரகமான - பல பாடல்கள் கம்பராமாயணத்தில் உள்ளன. இதன் கீழ்வரும் பாடல்கள் உதாரணமாகலாம்.

ஓத ரோதன வேலை கடந்துராய்ப்
பூத ரோதரம் புக்கெனப் போர்த்திழி
சீத ரோதக் குருதித் திரைஒரீ இத்
தூத ரோதவெம் காலில்த் துனைந்துளார்

(இராவ-சோகம் 1)

மசரதம் அனையவர் வரமும் வாழ்வும்ஓர்
நிசரத கணைகளால் நீறு செய்யயாம்

கசரத துரகமாக் கடல்கொள் காவலன்
தசரதன் மதலையா வருதும் தாரணி

(திருவவதாரம் 22)

'தசரதன்' என்ற சொல்லுக்கு எதுகை தயார் செய்ய எவ்வளவு அவதிப்பட்டிருக்கிறார்? பாவம்! இந்த நகலுக்கு அசல் எப்படியிருக்கிறதென்று பார்க்கலாம்.

கயரத துரகமாக் கடலன், கல்வியன்,
தயரதன் எனும்பெயர்த் தனிச்செல் நேமியான்,
புயல்பொழி தடக்கையான் புதல்வன்; பூங்கணை
மயல்விளை மதனற்கும் வடிவு மேன்மையான்.

(கார்முக 58)

இதையும் அதையும் படித்துப் பார்த்தால் பாட்டு எது என்பது விளங்காமற் போகுமா?

அனலின்படை தொடுத்தான் அவன்
    அதுவேகொடு காத்தான்;
புனலின்படை தொடுத்தான்அவன்
    அதுவேகொடு பொறுத்தான்;
கனவெங்கதி ரவன்வெம்படை
    துறந்தான் மனங்கரியான்;
சினவெந்திறல் இளங்கோளரி
    அதுவேகொடு தீர்த்தான்.   (நிகும்பலை 129)

ஆண்டப் பிறை நீங்கலும்
    எய்தியது அந்த காரம்
தீண்டற்கு எளிதாய்ப்பல
    தேய்ப்பன தேய்க்கல் ஆகி
வேண்டிற் கரபத்திரத்து
    ஈர்த்து விழுத்தல் ஆகிக்
காண்டற்கு இனி தாய்ப்பல
    கந்து திரட்டல் ஆகி.   (மாரீசன் வதை 138)

இவை போன்ற 'அதுவே கொடுகாத்தான்' பாடலும், ஆகிப்பாடலும் ஆகிய எல்லாம் கம்பர் தலையில் சுமத்தப்பட்டிருக்கின்றன.

★ ★ ★

யுத்த காண்டத்திலுள்ள மீட்சிப் படலம் (ஏட்டுப் பிரதிகளில்) எல்லாம் சேர்ந்து 555 பாடல்களில் காணக்கிடக்கின்றது. கம்ப ராமாயணத்தில் மிகச் சிறிய படலமாக இருப்பது சவரி பிறப்பு நீங்கு படலமாகும். இதன் அடிமுதல் முடிவரை உள்ள பாடல்கள் ஒன்பதுதான்! ஆனால் மீட்சிப் படலத்தில் 555 பாடல்கள் இருக்கின்றன! இவை ஏறக்குறைய முழு மையும் வை.மு.கோ. அவர்கள் பதிப்பில் பலபடியாகக் குறிப்பிடப்பட்டிருக்கின்றன. அச்சிட்டவர்கள் எல்லாரும் 358 பாடல்களைத்தான் வைத்திருக்கிறார்கள். வை.மு.கோ. அவர்களின் பதிப்பிலும் 358 பாடல்கள்தாம் ஒப்புக் கொள்ளப் பட்டிருக்கின்றன. எஞ்சியுள்ள 197 – பாடல்கள் 'செருகு கவிகள்' என்று தள்ளப்பட்டுள்ளன. இந்தப் படலத்தில் பூசைப் படலம் என்று 22 பாடல்கள் உள்ளன. அஃதாவது இராமன் புட்பக விமானத்தில் ஏறி அயோத்திக்குச் செல்லும் வழியில் இராமேச்சுரத்தில் இறங்கி சிவலிங்கப் பிரதிட்டை செய்து பூசித்தான் என்ற செய்தியைக் கூறுவதாகும். இதில் ஒரு பாடலை இங்கே தருகிறேன்.

இந்த மாநகர் தன்னிலே
இறைவனை அருச்சித்து
உந்தன் மாநகர் எய்தினால்
சாயைபோம் உரவோய்
அந்த நீதியே செய்துமென்று
அனுமனை அழைத்திட்டு
எந்தன் நாதனை இமைப்பினில்
கொண்டுவா என்றான்.

இராமன் விமானத்தில் ஏறியவுடனேயே அவனைப் பிரம்மஹத்தி பிடித்துக்கொண்டது; இராவணன் பிராமணனாதலால் (பிரம்மாவின் பேரனுக்கு மகன்) அவனைக் கொன்ற இராமனைப் பிரம்மஹத்தி தொடர்ந்ததென்றும், அது சிவபூசை செய்தால் தீர்ந்து போகும் என்றும் அகத்தியர் கூறினதாகவும், அதன்படியே அனுமனைக் காசிக்கனுப்பி லிங்கம் கொண்டுவரச் சொன்னதாகவும் அவன் வருமுன்பே இராமனும் சீதையுமாக மணலில் ஒரு லிங்கம் பிடித்துப் பூசையை முடித்து விட்டதாகவும், அனுமன் வந்து

கோபித்துத் தன் வாலினால் மணலாலான லிங்கத்தைப் பிடுங்க முயன்று முடியாமல் வாலறுந்து விழுந்ததாகவும் கதை. இந்த நிகழ்ச்சிகளைக் காட்டக்கூடிய அடையாளங்கள் இராமேச்சுரத்தில் அமைக்கப் பட்டிருப்பதை இன்றும் காணலாம். இதைத்தான் இந்தப் பூசைப் படலம் கூறுகிறது. இந்தக் கதை பொய் என்றும், பரம்பொருளான இராமனைப் பிரம்மஹத்தி பிடித்ததென்பது குறும்புத்தனமென்றும் கருதியபடியால் அன்று முதல் இன்றளவும் வைணவப் பிராமணர்கள் இராமேச்சுரம் மண்ணிலேயே கால் வைப்பதில்லை.

★ ★ ★

இராவணன் சிவபக்தன் என்ற ஒரு கருத்துப் பலர் உள்ளத்திலும் ஏறியிருக்கிறது. இராவணன் ஒரு நாளும் சிவபக்தனாக இருந்ததில்லை; இருக்கவும் முடியாது. தேவர்களுக்கு அவன் முதல் தர விரோதி. தேவர் தேவன் சிவபெருமான். சிவபெருமானிடம் பக்தியிருந்தால் தேவர்களைப் புகைக்கிற புத்தியிருக்க முடியாது. சிவ பெருமானிடம் இவன் வரம் பெற்றான். அப்படிப் பெற்ற படியால் இவன் சிவபக்தன் என்று கூறக்காரணமில்லை. இவன் குபேரனோடு வம்பு செய்து சண்டை போட்டு அவனுடைய மண்டையை உடைத்து விட்டு அவனுடைய புட்பக விமானத்தையும் பிடுங்கிக் கொண்டு இலங்கைக்குப் புறப்பட்டான். வழியில் கைலைமலை தலை நிமிர்ந்து நின்றது. புட்பக விமானம் ஸ்தம்பித்து விட்டது; சிறிதும் நகரவில்லை. "என்னுடைய பிரயாணத்துக்குக் குறுக்கே நிற்கிற இந்தக் கைலைமலையைப் பிடுங்கி எறிகிறேன்" என்று மலையை அசைத்துப் பிடுங்கினான். சிவபெருமான் பார்த்தார். கால்க் கட்டைவிரலால் ஒரு அழுத்து அழுத்தினார். கீழே அகப்பட்டு நசுங்கிப்போனான் இராவணன். செய்வதறியாமல் அழுதான். வீணையில் சாமகானம் செய்யும்படி சொன்னார்கள். கலைக்கடலான இராவணன் வாசித்தான். சிவபெருமான் கேட்டு அளவிலா மகிழ்ச்சி கொண்டு வெளிப்பட்டு 'உனக்கு என்ன வரம் வேண்டும்?' என்று கேட்டார். கேட்ட வரம் கொடுத்தார். அவன் புறப்பட்டுப் புட்பகத்தில் ஊருக்குப்

போய்ச் சேர்ந்தான். சிவபெருமானை நோக்கி இராவணன் தவம் புரியவில்லை; பக்தி செலுத்தவும் இல்லை. வழியில் இறுமாப்பால் செய்த முரட்டுத்தனத்தின் பயனாகத் தற்செயலாகவே சிவபெருமானின் வரப்பிரசாதம் கிடைத்தது. இதனால் அவன் சிவபக்திக்கு உரியவனாகவில்லை. அரக்கர் தவம் அரக்கத்தனமாகவே தான் நிகழமுடியும்.

"இரக்கமில் அரக்கர்"
"இரக்கமென்று ஒருபொருள் இலாத
நெஞ்சினர் அரக்கர்"
"மறக்கொடுந்தொழில் அரக்கர்"

இப்படியெல்லாம் கூறப்பட்டிருப்பதாலும் இந்த அரக்கர் கூட்டத்திற்கு ஒப்பற்ற தலைவனாக இராவணன் இருக்கிறபடியாலும், சிவபக்திக்கு அடிப்படை அன்பே ஆதலாலும் இராவணன் சிவபக்தனாமாறில்லை. சிவபெருமானை இவன் வணங்கியதாக ஒரே ஒரு பாடல் இருக்கிறதைத் தவிர வேறுபாடல் இருப்பதாகத் தெரியவில்லை. சிவபெருமானைத் துரும்பாக மதித்துக் கூறுகின்ற பாடல்கள் பலப்பல. சிலவற்றைப் பார்க்கலாம். சீதையின் முன்பு இராவணன் கூறுகிறான்.

ஈசனே முதலா மற்றை
மானுடர் இறுதி யாகக்
கூச, மூன்று உலகும் காக்கும்
கொற்றத்தேன். (மாயாசனக 13)

'சிவபெருமான் முதலாக மனிதர்வரையுமுள்ள எல்லாரும் அஞ்சும்படி மூன்று உலகையும் காக்கும் வெற்றிவீரன் நான்' என்கிறான். இதற்குச் சீதை கூறும் பதிலில்,

வாசவன், மலரின் மேலான்,
மழுவலான் மைந்தன், மற்றக்
கேசவன், சிவன்என்று இந்தத்
தன்மையோர் தன்மை கேளாய்
பூசலின் எதிர்ந்தேன் என்றாய்
பார்க்களம் புக்க போதுஎன்

ஆசையின் கனியைக் கண்ணில்
கண்டிலை போலும் அஞ்சி

(மாயாசனக 21)

'இந்திரன் பிரமன் முருகன் திருமால் சிவன் என்று சொல்லப்பட்ட தேவர்கள் யாருடனும் சண்டையிட்டதாகக் கூறுகிறாய்' என்று சீதை கேட்கிறாள்.

★ ★ ★

இந்திரசித்தன் இறந்து போனான். இராவணன் துன்புற்றுப் புலம்பும் போது 'அருமை மகனே, நீ சிவபெருமானும் திருமாலும் உன்மேல் எறிந்த படைகளுக்கெல்லாம் தோல்வியைக் கொடுத்தாயே' என்று கூறி அழுகிறான்.

நீலங் காட்டிய கண்டனும் நேமியும்
ஏலும் காட்டின எறிந்த படைஎலாம்
தோலுங் காட்டித் துரந்தனை! மீண்டுநின்
ஓலம் காட்டிலை ஓஎனும் ஓர்சிரம்

(இரா. சோக.18)

இராவணன் துக்கம் பொறாமல் வெறிகொண்டு விடுகிறான். இத்தனைக்கும் காரணமான சீதையை வெட்டிக் கொல்கிறேன் என்று ஓடுகிறான். அவனை மகோதரன் தடுத்துக் கூறுவது வருமாறு.

மங்கையர் குலத்து ளாளைத்
தவத்தியை முனிந்து வாளால்
சங்கை ஒன்று இன்றிக் கொன்றான்
குலத்துக்கே தக்கான் என்று
கங்கைஅம் சென்னி யானும்
கண்ணனும் கமலத்தோனும்
செங்கையும் கொட்டி உன்னைச்
சிரிப்பரால் சிறியன் என்னா

(இரா. சோக.58)

'சிவபெருமான் முதலியோர் உன் வம்புக்கு வர அஞ்சிக் கிடக்கிறார்கள். இப்படிச் செய்தால் உன்னை இழிந்தவன் என்று எண்ணிச் சிரிப்பார்கள்' என்கிறான். தன்னுடைய

ஏற்றத்தை நினைத்து இராவணன், கொண்ட எண்ணத்தைக் கைவிடுகிறான்.

முதல் நாட்போரில் இராமன் கையம்பால் அடிபட்டு வந்த இராவணன் மாலியவானிடத்தில் இராமனைப் பற்றிக் கூறும் போது,

இந்திரன் குலிச வேலும்
ஈசன்கை இலைமூன்று என்னும்
மந்திர அயிலும் மாயோன்
வளைஎஃகின் வரவும் கண்டேன்;
அந்தரம் நீளிது அம்மா!
தாபதன் அம்புக்கு ஆற்றா
நொந்தனென்; யான்அ லாது
யார் அவை நோக்க கிற்பார்?

(கும்பகருணன் வதை. 23)

'வச்சிராயுதமும், சிவபெருமானின் சூலாயுதமும் சக்கராயுதமும் எப்படி வந்து பாயுமென்பதை யான் அறிவேன்; அதனால் நான் நொந்ததில்லை. இந்தத் தவசி இருக்கிறானே, இவனுடைய அம்புபட்டு நொந்து போனேன்' என்று இராவணன் கூறுகிறான்.

கும்பகருணன் இறந்துபோனான் என்ற செய்தியை இராவணன் கேட்கிறான். இவ்வாறு சொல்லுகிறான்.

தாவரிய பேர்உலகத்து எம்பி சவத்தோடும்
யாவரையும் கொன்று அடுக்கி, என்றும் இறவாத
மூவரையும் மேலைநாள் மூவா மருந்து உண்ட
தேவரையும் வைப்பேன் சிறைஎன்னச் சீறினான்.

(மாயாசனக 90)

சிவபெருமானுக்கு இராவணன் பக்தனல்லன். பட்டியல் போடும்போது மூவரையும் என்று சேர்த்துப் போடுகிறான். வினைமுற்றும் எல்லாருக்கும் சேர்த்து "வைப்பேன் சிறை" என்றுதான் முடிக்கிறான்.

சூர்ப்பநகை மூக்கு அறுபட்டு இலங்கைக்கு வருகிறாள். அவளைப் பார்த்தவர்களில் சிலர் கூறுவது வருமாறு:

போர்இலான் புரந்தரன் ஏவல் பூண்டனன்;
ஆர்உலாம் நேமியான் ஆற்றல் தோற்றுப்போய்
நீரினான்; நெருப்பினான் பொருப்பி னான்;இனி
ஆர்கெலாம் ஈதுஎன அறைகின் றார்சிலர்.

(மாரீசன் 31)

தேவேந்திரன் செயலற்று அடிமையாக இருக்கிறான். சக்கரத்தை உடைய திருமாலும் சிவனும் ஆற்றலில் தோற்றுப்போய், கடலிலும் மலையிலும் சென்று இருந்துவிட்டனர். இவர்களைத் தவிர வேறு யார்தான் இவளை மூக்கறுத்தவர்? என்று ஐயமுறுகின்றனராம்.

இப்பாடல்களிலிருந்து சிவபெருமானிடத்தில் இராவணன் பக்திபூண்டிருக்கிறானா அல்லது எதிர்த்து நிற்கும் பகைவனாக இருக்கிறானா என்பது புலனாகும். விஷயம் இப்படி இருக்கும்போது, இராவணன் சிவபக்தன் என்று கூறுவது எதைக் கொண்டு? ஒரே ஒரு பாடல் இருக்கிறது. அஃதாவது இராவணன் கடைசியாக எல்லாரையும் சாகக் கொடுத்துவிட்டுத் தானும் சாவதற்குப் புறப்படும் போது,

ஈசனை, இமையா முக்கண்
   இறைவனை, இருமைக் கேற்ற
பூசனை முறையில்ச் செய்து.
திருமறை புகன்ற தானம்
வீசினன் இயற்றி, மற்றும்
   வேட்டன வேட்டோர்க் கெல்லாம்
ஆசற நல்கி, ஒல்காப்
   போர்த்தொழிற்கு அமைவது ஆனான்.

(தேரேறுபடலம் 3)

இந்த ஒருபாடலைக்கொண்டுதான் இராவணன் சிவனடியான் என்று கூறமுற்படுகின்றனர் போலும். இந்தப்பாடல் தான் இந்தப்பெரிய குழப்பத்துக்கு இடமாக இருக்கிறது. இராவணன் முதல் நாளில் போருக்குச் செல்லும்போது சிவபெருமானை வணங்கிவிட்டுச் சென்றானில்லை. ஆனால் அடிபட்டாலும் உயிருடன் திரும்பி வந்தான். இன்றோ சென்றவன் திரும்பவில்லை. சிவபதத்தை

அடையவுமில்லை. வாலி ஒருவன்தான் "வானுக்கு அப்புறத்து உலகன் ஆனான்" என்று கூறப்பட்டுள்ளது. இராவணன் போன இடம் தெரியவில்லை. சிவனடியானாக இருந்தால் இராமனால் கொல்லப்பட்டாலும் சிவலோகம் போய்ச் சேர்ந்திருக்கவேண்டும். சிவனைக் கும்பிட்ட பலனாக இராவணன் இருமையும் இழந்தான் என்று கூறிக் கேலி செய்யவே இப்பாடல் இங்கே வீற்றிருக்கிறது. தவிர, சிவபெருமானும் தன்னுடைய பக்தனாக இராவணனைக் கருதவில்லை என்பது தெளிவு. இராவணன் தேரில் ஏறிப் போருக்கு வந்துகொண்டிருக்கிறான். சிவபெருமானைத் துதித்துச் சிவனடியானாகத்தான் வருகிறான்! சிவன் செய்ததைப் பார்க்கலாம். பூசை செய்த பாட்டிற்கு 37–வது பாடலைக் காண்க.

மூண்டசெரு இன்றளவில் முற்றும்; இனி வெற்றி
ஆண்டகையது; உண்மை;இனி அச்சம்அகல் வுற்றீர்!
பூண்டமணி ஆழிவய மாநிமிர் பொலந்தேர்
இண்டவிடுவீர்அமரர்! என்று அரன் இசைத்தான்
(தேரேறு 40)

தேவர் அது கேட்டு இது செயற்குரியது என்றார்
(41)

இராவணன் தேரில் வருகிறான். இராமனுக்குத் தேர் இல்லை. இந்திரனுடைய தேரை அனுப்புங்கள் என்று சிவபெருமான் சொன்னார். தேவர்கள் சம்மதித்தார்கள் என்று இங்கே கூறப்படுகிறது. இதன்படி மாதலி தேரைக்கொண்டுவந்து இராமனுக்கு முன்பாக நிறுத்தினான். இது யாருடைய தேர்? யாருடைய உத்திரவுப்படி வந்தாய்? என்று ராமன் கேட்டான். இதற்கு மாதலி கூறும் பதில்:

தேவரும் முனித்தலைவ ரும்சிவனும்
முன்னாள்
மூவுல(கு) அளித்த அவ னும்முதல்வ!
முன்னின்று
ஏவினர்; சுரர்க்(கு) இறைவன் இந்துஉளது
இ(து)என்றான். (தேரேறு 58)

இதனால் சிவபெருமான், தன்னிடத்தில் பக்திகொண்டுள்ள இராவணன், தன்னைப் பூசித்துவிட்டுத் தொடங்கியிருக்கிறப் போரில் அவன் போர்க்களத்துக்கு வந்து சேர்வதற்கு முன்பாகவே தான் புறப்பட்டுத் தேர் இரவல் வாங்கி எதிர்க்கட்சிக்கு அனுப்பலாமா? கடவுள் இப்படி அநியாயத்தை இது வரை செய்ததுண்டா? அங்கு ஒரு பாட்டும், இங்கு இரண்டு பாடல்களும் சேர்த்துச் சிவபக்தியைக் கேலி செய்வதே கருத்தாகக் கொண்டதன்றி வேறென்ன? 'ஈசனை' என்ற ஒரு பாடலை வைத்துக்கொண்டு மிரளவேண்டியதில்லை. செருகு பாட்டுக்காரருக்கு நாம் தாட்சண்யம் காட்டவேண்டியதுமில்லை.

"இசனை இமையா முக்கண்
இறைவனை இருமைக் கேற்ற
பூசனை முறையிற் செய்து"

அருமையாகத்தான் இருக்கிறது! பாட்டை எடுத்தெறிய மனம் வரவில்லைதான். இப்பாடலை எடுத்து. ஒரு உண்மைச் சிவனடியார் சரித்திரத்தின் இடையே வைத்தால் வெகுநேர்த்தியாக இருக்கும். இருமைக்கேற்ற பூசனை என்று, சிவபெருமானின் எதிர்ப்புக்கு ஆட்பட்டு இருமையும் இழந்து சாகப்போகிற ஒருவனைப் பற்றிப் பாடத்துணிந்ததே ஒரு மோசமான காரியம்.

இன்னும் பார்க்கலாம். இதே இராவணன்! சிவபக்தனான இராவணன் கூறுகிறான். தன்மகன் இறந்தபிறகு, தன் மகனைக் காப்பாற்ற முடியாமல் சாகும்படி விட்டபிறகு, என்ன நடக்கப்போகிறது. என்பதைக் கூறுகிறான்.

புரந்த ரன்பகை போயிற் றோஎனும்;
அரந்தை வானவர் ஆர்த்தன ரோஎனும்;
கரந்தை சூடியும் பாற்கடல்க் கள்வனும்
நிரந்த ரம்பகை நீங்கின ரோஎனும்.

(இரா. சோகம்.11)

கரந்தைசூடி - சிவபெருமான்; பாற்கடல் கள்வன்- திருமால். 'இருவருக்கும் எனக்கும் என்றென்றும் நிலைத்து

நின்ற பெரும்பகை இன்றோடு நீங்கி விட்டதோ' என்கிறான். இனி அவர்கள் ஆட்சிதான் நடக்கப்போகிறது என்றபடி,

நீறு பூசியும் நேமியும் நீங்கினார்
மாறு குன்றொடு வேலை மறைந்துளார்;
ஊறு நீங்கின ராய்உவ ணத்தினோடு
ஏறும் ஏறி உலாவுவர் என்னுமால். (ஷ 12)

இராவணன் தான் கூறுகிறான். சாம்பலைப் பூசுபவனும், சக்கரத்தானும், மலையிலும் கடலிலும் மறைந்து கிடந்தனர். இப்பொழுது பயம் நீங்கிவிட்டார்கள். அவர்களுக்கிருந்த இடையூறும் நீங்கிவிட்டது. இனியென்ன? ரிஷபத்தின் மேலும் கருடனின் மேலும் ஏறித் திருவுலா வருவார்கள் என்று கூறுகிறான். சிவபக்தனின் பேச்சில் அப்படியே பக்திரசம் ஒழுகுகிறது அல்லவா?

"தூயவெண்ணீறு துதைந்தபொன் மேனியும்" என்பது சைவர் திருவாயில் வரும் வாக்கு என்பதை அறிக. இராவணன் சிவத்துரோகி என்பதற்கு மேலே காட்டப்பட்டிருக்கும் இரண்டு பாடல்கள் போதுமானவை.

★ ★ ★

இனி அனுமன் சிவனுடைய அவதாரம் என்ற கதை ஒன்று கூறப்படுகிறது. அனுமனுடைய பேராற்றலைப் பார்த்த சிலர், 'அடடா, இவன் சிவனுடைய அவதாரமாகத்தா இருக்க வேண்டும். இல்லாவிட்டால் இவ்வளவு ஆற்றல் எப்படி வரும்?' என்று வியக்கின்றனர். இப்படிப் பாடல்கள் இருக்கின்றன. தவிர, கவிஞன் அனுமனைச் சிவன் என்று கூறவில்லை; கூறவேண்டிய தேவையும் இல்லை. ஆனால் இந்த விபரீத விஷயத்தில் மாட்டி வைக்கப்பட்டுள்ள பாடல் ஒன்றிருக்கிறது; அது இரண்டு பாடல்களுக்கிடையில் செருகப்பட்டிருக்கிறது. மூன்று பாடல்களையும் தருகிறேன்.

தேரில்ப் போர்அரக் கன்செலச்
சேவகன் தனியே
பாரில்ச் செல்கின்ற வறுமையைப்
பார்த்தான்; பரிந்தான்;

சீரில்ப் செல்கின்ற(து) இல்லைஇச்
செருஎனும் திறத்தால்,
வாரில்ப் பெய்கழல் மாருதி
கதுமென வந்தான். (முதற்போர் 216)

"தேரிலேறிக்கொண்டு இராவணன் வருகிறான்; ராமன் காலால் நடந்து போர் செய்வது சரியல்ல" என்று கருதிய அனுமன் இராமனுக்கருகில் வந்து,

நூறு பத்துடை நொறில்பரித்
தேரின்மேல் உன்முன்
மாறில் போர் அரக் கன்பொர,
நிலத்து நீமலை தல்
வேறு காட்டும்ஓர் வெறுமையை,
மெல்லியன் எனினும்
ஏறுநீ ஐய என்னுடைத்
தோளின்மேல் என்றான். (முதற்போர் 218)

'ஆயிரம் குதிரை பூட்டிய தேரில் இராவணன் வருகிறான். அப்படி அவன் உன்முன்னாலே நின்று போர் செய்யும்போது, நீ தரையில் நின்று போர் செய்வது நம்மிடத்தில் ஒன்றும் இல்லையென்பதைக் காட்டுமல்லவா? ஆகையால் நீ என்தோளில் ஏறிக் நீ கொள்' என்று அனுமன் கூறினான். இதுதான் விஷயம். இரண்டு பாடல்களுடன் விஷயம் முடிந்து விட்டது. ஆனால் இவ்விரண்டு பாடல்களுக்கும் நடுவில் ஒரு மண்ணாங்கட்டிப் பாடல் செருகப்பட்டிருக்கிறது.

பண்டை நாள்தரு பனித்திரைப்
புனல்சடை ஏற்றுக்
கொண்டதூயவன் கொடுந்தொழில்
நிருதர்கள் குழுமி
மண்டுவாளமர்க் களத்தில் அம்
மலர்க்கழல் சேறல்
கண்டு கூசலன் நிற்கும்என்
றால்அது கடனோ! (முதற்போர் 217)

திருமால் உலகை அளந்தபோது ஒரு திருவடி மண்ணை அளக்க, மற்றொரு திருவடி வானை நோக்கி உயர்ந்தபோது,

பிரமன் தன் கமண்டல நீரை ஊற்றி அத்திருவடியைக் கழுவ, அந்த நீரைச் சிவபெருமான் தன் தலையால் தாங்கி நிலத்தில்விட்டார்; அதுதான் கங்கையாக ஓடுகிறது என்பது ஒரு கதை. "அப்படிப் பரிசுத்தம் அடைந்த சிவபெருமான், முன் பிரமனால் கழுவப்பட்ட திருமாலின் பூங்குழல் தரையில் நடப்பதென்றால் அதைக்கண்டு சகிப்பானா? சகித்து நின்றால் அது அவனுடைய கடமையாகுமா?" இப்படி ஒரு பாட்டு இங்கே இருக்கிறது. இதைச் செருகியவர் கோபம் நிறைந்த பொறுமையில்தான் செய்திருக்கிறார். 'செங்கண்மால் விடை' என்ற இடத்தில் செந்தாமரைக் கண்ணையுடைய திருமால் சிவனுக்கு ரிஷப வாகனமாக இருந்து சுமக்கிறார் என்று கூறும் சைவ மெய்யன்பர்களின் வாக்குக்குப் பதிலாக இச் செய்யுள் இங்கே இருந்து கேலிசெய்து வருகிறது.

வை.மு.கோ. பதிப்பில் இராமேச்சுரத்தில் இராமன் சிவபூஜை செய்த படலப் பாடல்களுக்கு அசல் எண் கொடாமல் பதிப்பிக்கப்பட்டிருக்கின்றன. ஆனால் இந்தப் பாடலுக்கு அசல் எண் கொடுத்துப் பதிப்பிக்கப்பட்டிருக்கிறது. இப்பாடலின் உரைக்குக் கீழே, இச்செய்யுள் பல ஏட்டுப் பிரதிகளில் இல்லை. செருகு கவியாக இருக்கலாமென்று தோன்றுகிறது என்று குறிப்பிடப்பட்டிருக்கிறது. செருகு கவி என்று நிச்சயமாகத் தெரிந்தாலும் வெளியேற்ற மனம் வரவில்லை? இப்படி எத்தனையோ? உயர்ந்த நூல்களில் செய்யப்பட்டிருக்கிற இடைச் செருகல்களையும், அரசர்கள் புகுந்து செய்திருக்கிற ஆர்ப்பாட்டங்களையும், மத வாதிகள் கொல்லுக் கொலைக்கஞ்சாமல் செய்திருக்கிற செயல்களையும் பாரதியார் கூறுகிறார், எப்படி?

மீத்திடும் போதினிலே - நாம்
வேடிக்கை உறக்கண்டு நகைப்பதற்கே,
கோத்தபொய் வேதங்களும், - மதக்
கொலைகளும், அரசர்தம் கூத்துக்களும்,
மூத்தவர் பொய் நடையும், - இள
மூடர்தம் கவலையும் அவள் புனைந்தாள்,

★ ★ ★

கம்பர் இராமாயணம் பாடியபிறகு அதனைப் புலவர்களும், ரசிகர்களும், பொதுமக்களும் ஒரே படித்தாகப் பாராட்டிப் புகழ்ந்து படித்துக் குதூகலம் அடைவதையும் கம்பருக்கு ஏற்பட்ட பெரும் புகழையும் உயர்வையும் கண்டு, இராமாயணக் கதையைப் பாடுவதில் பலர் ஆசையுற்றனர். இரகுவம்சம் என்ற நூலை வடமொழியில் கவி காளிதாசன் இயற்றினார். அதைத் தமிழில் அரசகேசரி என்ற புலவர் பாடியிருக்கிறார். பாயிரம் கூறும்போது,

"வன்திசைக் காளி தாசன் வடமொழி
தென்தி சைத்தமி ழால்நனி செப்புகேன்"

என்று கூறினார். ஆனால் போகப்போக உண்மை புலப்படுகிறது. காளிதாசனுடைய இரகுவம்சத்தைப் பாடியவர்க்கு உள்ளே கம்பர் பைத்தியம் வளர்ந்து சந்தர்ப்பமில்லாத இடத்தில், 'கம்பன் பாட விட்டுப்போன பகுதிகளை நான் பாடுகிறேன்' என்று ஒரு பாடலைத் தட்டிவிட்டு விட்டார். கம்பர் இராமகாதை பாடி அடைந்த புகழில் பேராசைகொண்டு அதே சூரியவம்சக் கதையான இரகுவம்சத்தைப் பாடப் புகுந்து தன் உள்ளக் கிடக்கையை வெளியிட்டிருக்கிறார். இரகுவம்சம் பாடத்தொடங்கி 1700 பாடல் சென்றபிறகு சீதை வனம்புகு படலம் வருகிறது. அதற்குத் தோற்றுவாய் செய்யும் பாடலைக் கீழே தருகிறேன்.

பொற்றா மரைமான் ஒழியாது
பொலியும் மார்ப!
எற்றாழும் மேனி ரகுராம
சரிதை யாவும்
கற்றுஆர் கலியிற் பெரிதாம் தமிழ்க்
கம்ப நாடன்
உற்றாங்கு உரைத்தான்; உரையாதன
ஓது கிற்பாம்.

நாற்கடலைவிடப் பெரிதான தமிழ்க்கடலில் திளைத்த கம்பநாடன் இராமகாதையைச் சரியாகச் சொன்னான். இருந்தாலும் அவன் பாடாமல் விட்டுவைத்த பகுதிகளைப் பாடுகிறேன் என்று அரசகேசரி கூறியிருக்கிறார். இதனால்

கம்பர் விட்ட பகுதிகளைக் கூறப் புலவர்கள் எவ்வளவு ஆர்வங்கொண்டிருந்தார்களென்பது விளங்கும். இப்படியாகப் பல புலவர்கள், கம்பர் பாடாமல் விட்டிருந்த வான்மீகி ராமாயணப் பகுதிகளைப் பாட முற்பட்டிருக்கின்றனர். அவர்கள் படலம் படலமாகவும் பாடினர். ஒருவர் உத்தரகாண்டத்தையே பாடிவிட்டார். அக்காலத்தில் வகுத்துப் பிரித்துத் தலைப்புக் கொடுத்து அச்சிடுதற்கு வசதியில்லை. அக்கால ஏடுகளில் பெரும்பான்மையாகப் பாடினவர் பெயரை எழுதுவதில்லை. கைமரபாகப் புலவர் பரம்பரையில் ஏடுகள் பயின்று வந்தபடியால், யார் எந்த நூலைப் பாடினார் என்பது சுலபமாக அவர்களுக்குத் தெரிய இடமிருந்தது. இராமாயண சம்பந்தமாகப் பாடப்படும் பகுதிகளை ஒரே கயிற்றில் கோத்துவைத்திருப்பது இயல்பு.

திருமுருகாற்றுப்படை என்ற நூல் முருகன் புகழை ஓதுவது. அதனுடைய செய்யுள் நடை மிகக் கடுமையானது. கடுநடையிலேயே ஆற்றொழுக்காக அந்நூல் முழுமையும் சென்று முடிகிறது. இதனைப் பாடியவர் நக்கீரதேவர். மாதிரி பார்க்கலாம்.

"சீரை தைஇய உடுக்கையர் சீரொடு
வலம்புரி புரையும் வானரை முடியினர்
மாசற விமைக்கு முருவினர் மானி
னுரிவை தைஇய வூன்கெடு மார்பி
னென்பெழுந் தியங்கு மியாக்கையர்"

"நகைதாழ்பு துயல்வரூஉம் வகையமை பொலங்குழை
சேண்விளங் கியற்கை வாண்மதி கவைஇ
அகலா மீனி னவிர்வன விமைப்பத்
தாவில் கொள்கைத் தந்தொழின் முடிமார்
மனனேர் பெழுதரு வாணிற முகனே
மாயிருண் ஞால மறுவின்றி விளங்கப்
பல்கதிர் விரிந்தன் றொருமுகம்."

இதே நூலின் கடைசியில் சில வெண்பாக்கள் அச்சிடப்பட்டுள்ளன.

அஞ்சு முகந்தோன்றில் ஆறு முகம் தோன்றும்
வெஞ்சமரில் அஞ்சல்என வேல் தோன்றும்-நெஞ்சில்
ஒருகால் நினைக்கின் இருகாலும் தோன்றும்
முருகா என்று ஓதுவார் முன்.

இவ்வெண்பாவுக்கும், முன்னுள்ள அடிகளுக்கும் நடையில் ஏதாவது சம்பந்தமுண்டா? இந்த நடையில் எவ்வளவு எளிமை! அந்த நடையில் எவ்வளவு கடுமை! இரண்டையும் ஒரே நக்கீரனார்தான் பாடினார் என்று புலவர் உலகம் கருதுகிறது. ஒருவர் பாடலாக ஏன் இருக்கக்கூடாது? செய்யுள் நடையில் வேறுபாடு தெரிகிறதே தவிர, கருத்திலும் தரத்திலும் அணுவளவும் மாறுபாடு கிடையாது.

புறத்திரட்டு என்ற ஒரு நூலை அன்பர் வையாபுரிப் பிள்ளை அவர்கள் வெளியிட்டிருக்கிறார்கள். புறத்திரட்டு என்றாலே அதில் புறப்பாடல்கள் திரட்டி வைக்கப்பட்டுள்ளன என்பது விளங்குகிறது. பல நூல்களிலிருந்து புறத்திணைக்குரிய பாடல்கள்தாம் பொருக்கிச் சேர்க்கப்பட்டுள்ளன. ஆனால் புறத்திரட்டு என்ற பெயருக்குச் சிறிதும் பொருத்தமில்லாத உறுதியான அகப்பாடல்கள் 65 இந்நூலின் இறுதியில் இருக்கின்றன. இவை புறப்பாட்டுக்குப் புறம்பானதென்று கூறவேண்டியதில்லை. இந்த வரிசையில் உள்ள 65 பாடல்களும் 'முத்தொள்ளாயிரம்' என்ற ஒரே நூலில் உள்ள பாடல்களாக இருக்கின்றன. புறத்திரட்டு என்ற தொகை நூலில் முப்பதுக்கு மேற்பட்ட நூல்களிலிருந்து பாடல்கள் திரட்டப்பட்டுள்ளன! திரட்டுவதற்கு மூலமாகவுள்ள நூல்களில் அற்புதமான இன்பப் பாடல்கள் எவ்வளவோ உள்ளன! அவற்றில் ஒரு பாடலைக் கூடப் பொருக்கி எடுக்கவில்லை. தவப் பயனால் கிடைத்ததென்று கருதிய அன்பர் முத்தொள்ளா யிர அகப் பாடல்களை எழுதிப் புறத்திரட்டின் கடைசியில் கோத்து வைத்திருக்கிறார். பிறகு அதிலிருந்து நகலெடுத்தவர் சேர்த்து எடுத்துக் கொண்டிருக்கிறார் என்று கருதுவதே பொருத்த முடையது. அப்படியல்லவென்றால், 'புறத்திரட்டு' என்ற பெயருக்குப் பொருளில்லாமற் போய்விடும். இப்படியெல்லாம் நல்ல பாடல்களை ஏடுகளில் அல்லது

புத்தகங்களில் குறித்து வைப்பது புலவர் இயல்பே ஆகும். இப்படியே கம்பராமாயண ஏடுகளிலும் அதன் இனமான பாடல்களையும் நல்லன என்று தோற்றிய பாடல்களையும் சேர்த்து வைத்திருக்கக் கூடுமல்லவா?

இப்படித் தனித் தனியாகப் பாடப்பட்ட இராமாயணப் பகுதிகளும் ஒரே கட்டில் சேர்த்துக் கட்டப்பட்டிருந்தன. கம்பர் பாடிய பாடல்கள் இழந்து போனபடியால் கதைத் தொடர்பு சிதைந்திருக்கிறது. அதைச் சரிப்படுத்தப் பாடல்கள் பாடிச் சேர்க்கப்பட்டிருக்கின்றன. இராமகாதையிலுள்ள பாடல்களைப் போலப் பாட ஆசைப்பட்ட புலவர்களும் பல பாடல்களைப் பாடியிருக்கிறார்கள். அவைகளும் அவற்றையொட்டிய கருத்துள்ள பாடல்களின் பக்கத்தில் எழுதி வைக்கப்பட்டிருந்திருக்கின்றன. இதை இன்றுள்ள கம்பராமாயணப் பிரதிகளில் காணலாம். ஒரே கருத்தில் ஒரே சந்தத்தில் பக்கத்துக்குப் பக்கமாகவே பல பாடல்கள் உள்ளன.

வான்மீகி முனிவர் பாடிய கருத்துக்கள் இராம காதையில் இல்லை என்று குறை கூறுவார்க்கு மறு மொழியாகப் பல பாடல்களையும் படலங்களையும் பாடிக் கம்பருக்குப் பெருமை தேடியவர்களும் இருந்திருக்கிறார்கள். இவர்களுடைய கைங்கரியமும் சேர்ந்திருக்கிறது.

இராமாயணத்தைப் போன்ற மற்றொரு இதிகாசம் பாரதமாகும். இதை வேதவியாசர் வடமொழியில் விரிந்த நூலாக இயற்றினார். இதைச் சுருக்கித் தமிழ் நாட்டுக்கு ஏற்ற வகையில், பெருந்தேவனார் என்ற பெரும் புலவர் தமிழில் வெண்பா யாப்பில் பாடினார். இதனால் பாரதம் பாடின பெருந்தேவனார் என்று பண்டை நூல்களில் குறிப்பிடப்படுகிறார். அந்நூல் அடியோடு அழிந்து போய்விட்டது. அங்கும் இங்குமாக மேற்கோள் காட்டப்பட்டுள்ள இடங்களில் சிற்சில பாடல்கள் காட்சியளிக்கின்றன. அந்நூலை நினைத்து உட்கார்ந்து அழவேண்டியதுதான்.

சமீப காலத்திலிருந்த வில்லிபுத்தூர் ஆழ்வார் பாரதத்தைப் பாடினார். இந்நூலில் 4351 பாடல்கள்

உள்ளன. பாரதக் கதையில் சில பகுதிகளே இதில் சுருக்கமாகக் கூறப்பட்டுள்ளன. இதில் இல்லாத வியாச பாரதக் கதைகளைப் பாட எண்ணிய நல்லாப் பிள்ளை என்பவர் பாடத் தொடங்கினார். வில்லிபுத்தூரர் பாடலில் சுமார் 3500 பாடல்களை எடுத்துக்கொண்டு இடையிடையே பாடல்களைச் செருக முற்பட்டார்.

முருகப் பிள்ளை என்ற புலவர் பாடி வைத்திருந்த பாடல்களையும் வாங்கிக் கொண்டார். அவற்றோடு தாமும் பாடிச் சேர்த்து, மொத்தம் 15,300 பாடல்களாகச் செய்திருக்கிறார். அந்நூல் இன்று 'நல்லாப் பிள்ளை பாரதம்' என்று வழங்குகிறது. 3500 பாடல்களுக்கு இடையே 11, 800 பாடல்கள் செருகப்பட்டிருக்கின்றன. இதை உணர்வார்க்கு "அசலைப்போலப் பலமடங்கு பாடல்களைச் செருக முடியுமா? என்று கேட்கத் தோன்றாது. இப்படி ஒன்று நடந்திருக்கிறதே! எது வில்லி பாடல்? எது நல்லாப் பிள்ளை பாடல்? எது முருகப் பிள்ளை பாடல்? என்று காணக் கூடியதாக இல்லை. ஆனால் இரு நூல்களும் முழுசாக உயிருடன் இருப்பதால் ஒப்பிட்டுப் பார்த்து வில்லி பாடலையும் நல்லாப் பிள்ளை பாடலையும் பிரித்துணர முடிகிறது. முருகப் பிள்ளை போன பக்கம் தெரியவில்லை. இப்படியே தான் கம்ப ராமாயணமும் இருக்கிறது. பலர் பல நாளில் பாட அவை சேர்ந்து கட்டுக் கனத்திருக்கிறபடியால் கண்டு பிடிப்பது எளிதாக இல்லை.

கம்பராமாயணப் பிரசங்கிகள் தங்கள் கைவரிசையை இதில் அதிகமாகக் காட்டியிருக்கிறார்கள். மற்றைய நூல்களைப் போலல்லாமல் கம்பராமாயணம் பொதுமக்கள் கூட்டத்தில் எங்கும் கதாகாலட்சேபமாகப் பிரசங்கிக்கப்பட்டு வந்திருக்கிறது. இந்த வகையில், பாகவதர்கள் இன்னும் விடாமல் காலட்சேபம் நடத்திவருகிறார்கள். இவர்கள் பொதுமக்களின் போக்கில் ஊருக்கு ஒருமாதிரியாகவும் கூட்டத்துக்கு ஒருமாதிரியாகவும் வேடிக்கையாகவும் சொல்லாடல் புரியவேண்டியிருப்பதால் இருப்பவை, இல்லாதவை ஆகிய எல்லாவற்றையும் சொல்லிக் காலட்சேபம் நடத்தவேண்டியிருக்கிறது. ஏட்டுப்பிரதியில்

இராமாயணம் இருந்தபோது இவர்கள் கூறுவதற்கெல்லாம் ஆதாரமாகப் பாடல்களை எழுதி இராமாயண ஏட்டுக் கட்டில் கோத்து வைத்துக்கொள்வது எளிதாக இருந்தது. இவர்களில் எல்லாக் கட்சியாரும் இருந்தபடியால் எல்லாக் கட்சிக்கும் ஆதரவாகப் பாடல்கள் இருக்கின்றன. எல்லாக் கட்சிக்கும் குழிதோண்டுகிற பாடல்களும் இருக்கின்றன. அவரவர் தங்களுக்குச் சாதகமான பாடல்களை எடுத்து அழுத்திப்பேசுவதும் வேண்டாதவைகளை அழுத்தி அடக்கி வைப்பதுமாக இருந்திருக்கின்றனர். தங்கட்கு ஆதரவான பாடல்கள் இருப்பதை விமர்சனம் செய்வதும் சாதகமாக இல்லாவிட்டால் எழுதிச் சேர்ப்பதும் எதிர்க்கட்சிக்குச் சாதகமான பாடல்களை எடுத்து எறிவதுமாகத் தம் செயல்களை நடத்தி வந்திருக்கிறார்கள். இப்படியாக ஒவ்வொரு நோக்கத்தை வைத்துப் பாடல்களைச் செருகியவர்கள் ஒருபுறமிருக்க, ஒரு நோக்கமுமில்லாமல் ஏராளமான பாடல்கள் கம்பராமாயணத்தில் சேர்க்கப்பட்டுள்ளன. இந்தப் பாடல்களைப் பார்க்கும்போது ஒரே காரணந்தான் தோன்றுகிறது. அரசியல் தொல்லை இந்நூலுக்கு இருக்கிறவரை நூல் மறைந்து கிடந்திருக்கிறது. தொல்லை தொலைந்த பற்பல ஆண்டுகட்குப்பிறகு அபிமானிகளாலோ அல்லது அரசர்களாலோ இந்நூல் தொகுக்கப்பட்டிருக்க வேண்டும். சுமார் 400 ஆண்டுகளுக்கு முன்பு இந்த முயற்சி நடைபெற்றிருக்கின்றது. அதனால்தான் கம்பராமாயண ஏடுகள் எல்லாம் 400 ஆண்டுகட்குட்பட்டனவாக இருக்கின்றன. 400 ஆண்டுகட்கு முற்பட்ட ஏடே கிடையாது. சேகரிக்கிற காலத்தில், கிடைக்கிற பாடல் ஒன்றுக்கு இவ்வளவு ரூபாய் கொடுக்கப்படும் என்று விளம்பரம் செய்திருக்க வேண்டும். எல்லாப்புலவர்களும், படித்தவர், படியாதவர் எல்லாரும் பாடல்களைப் பாடியிருக்கிறார்கள். அவசரமாக முன்னும் பின்னும் உள்ள பாடல்களைப் படித்துப் பாராமலேயே பாடித் தள்ளியிருக்கிறார்கள். முன்னும் பின்னும் ஒட்டாமல் தஸ்தா தஸ்தாவாகப் பாடியிருக்கின்றனர். இடையிடையே கம்பர் பாடல்களில் கிடைத்தவற்றையும் கலந்து கொண்டு குவித்திருக்கின்றனர். எல்லாவற்றையும் பார்த்த நீதிபதிகள்

என்ன செய்வார்கள்? என்ன செய்ய முடியும்? பாடல் அனுப்பியிருப்பவர்களில் பெரும்புலவர்கள், சைவ, வைணவர்கள், பிராமணர் அல்லாதவர், வாயாடிகள், வம்புக்காரர் எல்லாரும் இருக்கின்றனர். கூடி ஆராய்பவர்கள் ஏதாவது கூறினால் அவர்கள் நிலை ஆபத்தாக முடிவதன்றி வேறென்ன நிகழும்? ஒன்றையும் தள்ளமுடியவில்லை. இருக்கட்டும்; குப்பை நிறைய இருந்தாலும் உண்மைப் பாடல்கள் சிலவும் இருக்கின்றனவே என்ற ஆறுதலில் ஏட்டை எழுதிமுடித்துக் கட்டியிருக்கிறார்கள் என்று தோன்றுகிறது. ஆனால் கம்பர் தமது நூலுக்கு வைத்த பெயரை இந்த ஏட்டுக் கட்டுக்கு வைக்க உடன்படவில்லையென்றும் தெரிகிறது. கம்பராமாயணமென்று இதன் தலையில் எழுதி வேலையை முடித்திருக்கிறார்கள். பணம் பெறுவதை நோக்கமாகக் கொண்டு பாட்டுக்கள் பாடப்பட்டதனால்தான் இந்த நூல் இவ்வளவு கனத்துப்போயிருக்கிறது.

இவ்வளவு பாடல்களை இவர்கள் சேர்த்ததில் பெரிய நட்டம் வந்துவிட்டதாகக் கருதவேண்டியதில்லை. தொலைந்துபோன பாடல்களும் ஏராளமென்று தெரிகிறது. அதை ஈடுசெய்வது எவராலும் முடியாத காரியமாகும். இவ்வளவு எதிர்ப்பு, சிதல், நெருப்பு, அந்துப்பூச்சி. முதலிய எவ்வளவோ இடையூறுகளைத் தப்பி இந்நூல் உயிர்பெற்றிருக்கும்படி செய்த நமது முன்னோர்களின் அருமையையும் போற்றுதலையும் எண்ணியெண்ணித் தமிழ்மக்கள் இறும்பூதெய்தலாம்.

இதன்பிறகும் பாடிச்சேர்க்க முற்பட்டவர் பலரென்று தெரிகிறது. இயலவில்லை என்றாலும் பாகவதர்கள் புதுப்பாடல்கள் தயார்செய்து கூட்டத்தில் சொல்லும்படி விட்டிருக்கிறார்கள் என்பது பலருக்குத் தெரிந்த விஷயந்தான்.

விடங்கொண்ட மீனைப் போலும்
வெந்தழல் மெழுகு போலும்
படங்கொண்ட பாந்தள் வாயில்ப்
பற்றிய தேரை போலும்
திடங்கொண்ட ராம பாணம்
செருக்களத்து உற்ற போது

கடன்கொண்டார் நெஞ்சம் போலும்
கலங்கினான் இலங்கை வேந்தன்

இப்பாடலைப் பலரும் கேட்டிருக்கக் கூடும். எங்கேயோ கடன்பெற்று ஏற்பட்ட பெருவருத்தத்தை எண்ணித் துயருறுபவர்க்கு இந்தக் கடைசி அடி எவ்வளவோ உதவி செய்திருக்கக் கூடும். பெரும்பாலும் கம்பர் பாடல்களும், கட்டங்களும் தொடங்கும் போது சுலபமாகத் தொடங்கப்பட்டுக் கடைசியில் அபாரமாகச் சென்று முடியும். போகப்போக உணர்ச்சிவேகம் கரைகடந்து போகும்; பாடல்களும் அப்படியேதான். கடைசி அடி 'சுள்' என்று வேகத்தைப்பற்றி நின்று உட்பொருளைத் திரட்டி எடுத்துக்காட்டும். இந்த அழகை நினைத்துக்கொண்டு கடைசி அடியை முதலில் தயார்செய்து வைத்துக்கொண்டு மேலே மூன்று வரிகளை ஒட்டவைத்து 'இமிடேஷன்' பாடல்களைத் தயாரிக்கப் பலர் முனைந்திருக்கின்றனர். அந்த ரகத்தைச் சேர்ந்தது இப்பாடல். இப்படிப்பட்ட பாடல்கள் நூற்றுக்கணக்காகக் கம்பராமாயணத்தில் இடம் பெற்றிருக்கின்றன.

இன்னொரு பாடலைப் பார்க்கலாம். இதுவும் நாடறிந்த பூமாலைதான்.

மான்என வடிவம் கொண்டால்
மன்னவன் இராமன் கொல்வான்
நான்இனி அல்ல என்றால்
நீஎனை இங்கே கொல்வாய்
நானுமே முன்னேசென்று
நமனுடைக் கோயில் புக்குச்
சேனைக்கும் உனக்கும் ஆங்கே
சென்றுஇடம் பார்ப்பன் என்றான்

இது மாரீசன் இராவணனிடம் சொன்னதாக ஏற்பட்ட பாடல். மாரீசன் முனிவனாக இருக்கிறான்; இவன் இராவணனுக்குத் தாய் மாமன். அவனிடம் சென்று சீதையைத் தூக்கிக்கொண்டு வருதற்கு உதவி நாடினான் இராவணன். அவன் "அச்செய்கை கூடாது; அது தன்னால்

முடியாத காரியமும் கூட” என்று சொன்னான். இராவணன் கேட்கவில்லை; கட்டாயப்படுத்திப் பயமுறுத்தவும் செய்தான். அப்பொழுது அவன் சொல்லியதாக இப்பாடல் பிறந்திருக்கிறது. கடைசி வரியைச் சொல்லும்போது பாகவதரின் கதைக்கு ஒரு ஜோர் ஏற்படுவது திண்ணம். நீ கேட்க மாட்டேனென்கிறாய்; நான் போகிறேன். எங்கே? எமலோகத்துக்குத்தான். அங்கே முன்னாலேயே போய் உனக்கும் உன்னுடைய படைகளுக்கும் நல்ல இடமாகப் பார்த்துப் பாய்விரித்து வைக்கிறேன்; என்று சொன்னான் என்று இடுப்பை ஒரு நெளி நெளித்தால் கூட்டத்தில் கரகோஷத்தைத் தவிர வேறு ஏதாவது இருக்குமா? இப்பாடல்கள் நூலில் சேர்க்கப்படாமல் போய்விட்டன. இப்படி எத்தனையோ பாடல்கள் ஏடு கட்டியான பிறகு பாடப்பட்டுள்ளன. பாகவதர்கள், கேட்கிற மக்களுக்கு உற்சாகமுண்டாக்கு வதற்காகச் சில கதைகளைச் சொல்கிறார்கள். அக்கதைகள் எப்படி இருந்தாலும் சரிதான். கேட்பவருக்குச் சிரிப்புண்டாக வேண்டுமென்பதுதான் குறிக்கோள். ஒரு கதையைப் பாருங்கள்.

கும்பகருணன் சவரம் செய்துகொள்ள வேண்டுமென்று நாவிதனுக்குச் சொல்லியனுப்பினான். நாவிதன் வருமுன்பே கும்பகருணன் தூங்கிவிட்டான். நாவிதன் வந்தான். தூங்குகிறவனுக்குச் சவரம் செய்தான். மூக்குக்கு அருகில் கத்தியை வைக்க ஆரம்பித்தான். கும்பகருணன் மூச்சை இழுக்கும்போது கத்தி உள்ளே போய்விட்டது. நாவிதன் யோசித்தான். ‘என்ன கெட்டுப்போய் விட்டது? நாமேபோய்த் தேடிக் கத்தியைக்கொண்டு வரலாம்’ என்று அடுத்த மூச்சில் இவனும் கும்பகருணனுடைய மூக்குக்குள் புகுந்து விட்டான். உள்ளே சென்று கத்தியைத்தேடி அலைந்து கொண்டிருக்கும்போது, எதிரே ஒரு ஆள் வந்தான். வந்தவன் நாவிதனைப் பார்த்து, "நீ எங்கேயடா வந்தாய்?" என்று கேட்டான். நாவிதன் நடந்ததைச் சொல்லிக் 'கத்தியைத் தேடி வருகிறேன். இன்னும் கிடைக்கவில்லை' என்றான். 'நல்லகாரியம். என் சங்கதி தெரியுமா? நான் ஒரு யானைப் பாகன். யானையைப் பிடித்துக்கொண்டு குளிப்பாட்டச் சென்றேன். கும்பகருணன் இழுத்த மூச்சில் யானை மூக்குக்குள் வந்துவிட்டது. அடுத்த மூச்சில் நானும்

வந்துவிட்டேன். மூன்று நாட்களாகத் தேடிக் கொண்டு திரிகிறேன். யானை இருக்கும் இடம் தெரியவில்லை. யானையே இந்தக் கதியானால் கத்தி எங்கே யப்பா கிடைக்கப்போகிறது?' என்றான். கதை எப்படியிருக்கிறது? இந்தக் கதை கம்பராமாயண ஏடு கட்டப்பட்டபிறகு ஏற்பட்டது. இல்லாவிட்டால் இந்தக் கதையும் ஒரு ஐம்பது பாடல்களில் பாடப்பட்டுக் கும்பகருணன் வதைப் படலத்தில் சேர்க்கப்பட்டிருக்கும்.

பாட பேதங்கள்

செருகு கவிகளும் செருகு கதைகளும் எத்தனையோ, அத்தனைக்குக் குறையாமல் பாட பேதங்களும் கம்பராமாயணத்தில் உள்ளன. ஏட்டுக்கு ஏடு வித்தியாசமான பாடங்களைக் கொண்டிருக்கின்றன. பல காரணங்களால் பாட பேதங்கள் ஏற்பட்டிருக்கின்றன. ஏடு பார்த்து நகல் எடுத்ததில் ஏற்பட்ட தவறுகள் பல. 10,000 பாட்டுக்களை ஓலையில் எழுதும் போது பார்த்தெழுதுபவர்களின் தன்மையைப் பொறுத்து, எவ்வளவோ பிழைகள் ஏற்படுதல் கூடும். கவனமாக நகலெடுக்க நினைத்து, நூறு பாடல்களை எழுதிப் பார்த்தால் தெரியும் எவ்வளவு பிழை ஏற்படுகிறதென்று. ஒருபிழை ஒரு பாட்டில் விழுந்தால் அதைப் பார்த்து எழுதிய ஏடெல்லாம் அந்தப் பிழையைத் தாங்கி நிற்க வேண்டியது தான்.

தங்கொள்கையை நிலை நாட்டுவதற்காகத் திருத்தி வைத்துக் கொண்ட வகையில் ஏற்பட்ட பாட பேதங்களும் பல. ஒருவர் திருத்தியதைப் பார்த்து அதற்கு எதிர்க்கட்சிக்காரர் திருத்தி வைத்ததும் உண்டு.

பெரிய புலவர்கள் மேடைகளில் சொல்லும் போது சீர் நினைவு இல்லாமல் எதையாவது அந்த இடத்துக்குத் தகுந்த சொற்களைப் போட்டுப் பாடித் தீர்ப்பதும், சில சமயம் உள்ள படியே தகுந்த சொற்கள் மாறி வாயில் வர பாட்டின் ஓசை தானாக நிரம்பிக்கொள்வதும் இயல்பு. "பெரிய புலவர் அறியாமல் சொல்ல மாட்டார்; ஆகையால் அது பாட பேதமாய்த்தான் இருக்க வேண்டுமென்று" வீட்டிலிருக்கும் ஏட்டில் திருத்திக் கொள்பவரும் இருந்திருக்கலாம்.

பாடல்கள் சிதறிப் போன பிறகு நினைவிலிருந்து எழுதியவர்கள் சொற்கள், தொடர்கள், அடிகள் ஆகிய பலவற்றிலும் மறதி ஏற்பட்டு அவைகளைச் சொந்தமாகப் பூர்த்தி செய்திருக்கின்றனரென்று கருதும்படி பாடல்கள் திகைக்கின்றன. இதை எளிதாக அறிய முடிகிறது. மூன்று வரிகள் சரியாக இருக்கின்றன. இதற்கொரு எடுத்துக் காட்டு.

வாரணம் பொருத மார்பும்
 வரையினை எடுத்த தோளும்
நாரத முனிவற்கு ஏற்ப
 நயம்பட உரைத்த நாவும்
தாரணி மவுலி பத்தும்
 சங்கரன் கொடுத்த வாளும்
வீரமும் களத்தே போட்டு
 வெறுங்கையோடு இலங்கை புக்கான்

இதில் நாரத முனிவற்கேற்ப நயம்பட உரைத்தது என்ன? என்பதற்குப் பதில் இல்லை. ஏதோ சரிக்கட்டிக்கொள்ள வேண்டியிருக்கிறது. இதைப் படித்த புலவர்கள் இந்த ஒரு அடியைச் சரிக்கட்டச் செய்திருக்கிற முயற்சி கொஞ்சமல்ல.

"நாரத முனிவற்கேற்ப என்பதை ஆரண முனிவர்க்கேற்ப" என்று திருத்த முயன்றிருக்கிறார்கள். அப்படிச் சில ஏடுகளில் இருக்கிறது. "நயம்பட உரைத்த என்பதை **நனி மறை சிறந்த**" என்று சில பிரதிகளிலும், "**அருமறை பயின்ற**" என்று சில பிரதிகளிலும் திருத்திப் பார்த்திருக்கிறார்கள்.

இவைகளை வைத்துக் கொண்டு இணங்கின வரையில் சரிக்கட்டி உரைகண்டு கொண்டிருக்கிறோம்.

இனி, இருக்கிற பாடல்கள் மட்டமாக இருப்பதாக எண்ணித் தங்கள் விருப்பத்திற்கிணங்கத்திருத்திக் கொண்டது. எதுகை மோனை எங்கேயாவது சரியாக இல்லாதிருந்தால் அதைக் கொஞ்சம் திருத்தி வைத்துக் கொண்டதும் உண்டு.

அச்சிடும்போது அல்லது எழுத்து முறை மாறுபட்ட காலங்களில் ஏற்பட்ட தவறுதலால் பாட பேதங்கள் தோன்றியிருக்க வேண்டும். இப்பொழுது பார்த்தால், ஏடுகளில் ஆளப்பட்டிருக்கிற எழுத்துக்களின் முறைக்கும் நாம்

எழுதிக் கொண்டிருக்கிற முறைக்கும் வித்தியாசமிருக்கிறது. ஏடுகளில் ஒற்றெழுத்துக்கு மேலே புள்ளி இல்லை. சுழித்த கொம்பு இல்லை. இடையின இரவுக்குக் கீழே இழுப்பு இல்லை. இன்னும் பல உள. இந்த மூன்று வித்தியாசங்களால் ஏற்படுகிற தொல்லையைப் பார்க்கலாம். க் – க ஆகவும், ே – ெ ஆகவும் ர – ா இப்படியும் இருக்கின்றன. **பேரன் பினனே** என்ற சொல் ஏட்டில் **பொன பினனே** என்றிருக்கிறது. இதுதான் கடைசியாக ஏடுகளில் ஏற்பட்டுள்ள எழுத்து முறை. இதை அச்சிட்டவர்கள் **போன பின்னே** என்று அச்சிட்டிருக்கிறார்கள். பேரன் பின்னே என்பதற்கும்,போன பின்னே என்பதற்கும் உள்ள வேறுபாடு நோக்கத் தக்கது.

கூற்ற மில்லையோர் குற்றமி லாமையாற்
சீற்ற மில்லைதஞ் சிந்தையிற் செம்மையால்

என்றிருக்கிற இரண்டு அடிகளும்

கூறறமிலலையொரகுற்றமிலாமையாற
சீற்றமில்லைதஞ்சிந்தையிற செமமையால்

என்று ஏடுகளில் இருக்கிறது. இதை இப்பொழுது வழங்குகிற வழிக்குக் கொண்டு வருவோம்.

கூறற மில்லையொர் குற்றமி லாமையாற்
சீற்ற மில்லைதஞ் சிந்தையிற் செம்மையால்

இன்னும் எத்தனையோ மாதிரியாக வெல்லாம் பதிப்பிக்கலாம். இப்படி ஏற்பட்டுள்ள விபரீதங்கட்கு எண்ணில்லை. இந்த அருமையை அறிந்து தான் தேசிக விநாயகம் பிள்ளை அவர்கள் மகாமகோ பாத்யாய உ. வே. சுவாமிநாதய்யர் அவர்களை நோக்கிப் பாடினார்:

சித்திரத்திற் பார்ப்போம்! சிலைசெய்து
கும்பிடுவோம்!
புத்தகத்திற் போற்றிப் புகழ்ந்திடு
வோம்!- இத்தரையில்
சந்தப் பொதியத் தமிழ்முனியென்று
உன்னை நிதம்
சிந்தையிற் கொண்டு தெளிந்து.

பாடல் எப்படியிருக்கிறது? சாமிநாதய்யர் அவர்கள் ஏடுதேடிப் படித்துப், பாடம் கண்டு, ஒழுங்குப் படுத்தி அச்சிட்டு நமக்குத் தந்தது எவ்வளவு அருமையும், பாராட்டுக்குரியதும் ஆகுமென்பது ஏடுகளைப் பார்த்து அதில் சிறிது பழகினால்தான் தெரியும். நாவலர் பெருமான் இன்னும் முற்படப் பாடுபட்டவர். இன்னும் எவ்வளவோ பேர் இத்துறையில் ஈடுபட்டுத் துன்புற்று இடர்ப்பட்டிருக்கின்றனர்.

> பட்டாங்கில் உள்ளதைக் காகிதத்து
> அச்சிற் பதிப்பிப்பதும்
> தொட்டார் மனத்தைப் பலவாறு
> நாளும் துயர்செய்யுமே,

என்று ஒருவர் பாடிய கலித்துறை அடிகள் இத்துயரத்தைச் சிறிது விளக்குகின்றன.

நான் ஏடு பார்ப்பதற்குச் செல்லும்போது நண்பர்கள் உடன் வருவார்கள். ஒருவர் அங்கு வந்து ஒரு நாள் உடன் இருந்து பார்த்து விட்டு "இது ஒரு புல்லக் வொர்க்' ட்ரை வொர்க் 'இனி இந்த வேலைக்கு வர முடியாது என்று கூறித் தலையைக் கழற்றிக் கொண்டார். எத்தனை புலவர்கள் இத்துறையில் ஈடுபட்டுழைத்து வருகின்றனர்? வையாபுரிப் பிள்ளை அவர்கள் இதில் ஈடுபட்டு வெகு காலமாக உழைத்து வருகிறார்கள். இத்துறையில் உழைப்பவரைத் தமிழ்நாடு என்றும் பாராட்ட வேண்டும்.

இனி இந்தப் பகுதியை நீட்ட விரும்பவில்லை. கம்பராமாயணத்தில் சில பாடல்களை இங்கே விரித்துக் காட்டி விட்டு முடிக்கிறேன்.

> அன்னேயோ அன்னேயோ ஆகொடியேற்கு
> அடுத்தவாறு அரக்கர் வேந்தன்
> பின்னேயோ இறப்பதுமுன் பிடித்திருந்த
> கருத்து அதுவும் பிடித்தி லேனோ
> முன்னேயோ விழுந்ததுவும் முடித்தலையோ
> படித்தலைய முகம்காட் டாயோ
> என்னேயோ என்னேயோ இராவணனார்
> முடிந்தபரிசு இதுவோ பாவம்.

இது ஒரு முக்கியமான பாடல். ராவணன் இறந்த பிறகு மண்டோதரி புலம்புகிறாள். இந்தப் பாடலில், 26 பாடபேதங்கள் உள்ளன. இந்த இருபத்தாறு பேதங்களையும் விரித்துப் பாடல் உருவத்தில் காட்டுவதென்றால் 676 விதமாக இந்தப் பாடல் காட்சியளிக்கும். அப்படி விரித்து இருநூறு பக்கங்களையும் வீணாக்கிப் படிப்பவர்களையும் சோதிப்பது நியாயமாகா தல்லவா? ஆகையால் சாதாரணமாக முதல் அடியை மட்டும் பாடபேத விவரம் விளங்கும் பொருட்டு சுருக்கமாக இங்கே எழுதிக் காட்டுகிறேன்.

1. அன்னேயோ அன்னேயோ ஆகொடியேற்கு
   அடுத்தவாறு அரக்கர் வேந்தன்

2. அன்னையோ அன்னையோ ஆகொடியேற்கு
   அடுத்தவாறு அரக்கர் வேந்தன்

3. அன்னையோ அன்னையோ ஆகொடியோர்க்கு
   அடுத்தவாறு அரக்கர் வேந்தன்

4. அன்னையோ அன்னையோ ஆகொடியோர்க்கு
   அடுத்ததுதான் அரக்கர் வேந்தன்

5. அன்னையோ அன்னையோ ஆகொடியோர்க்கு
   அடுத்தநாள் அரக்கர் வேந்தன்

6. அன்னையோ அன்னையோ ஆகொடியோர்க்கு
   அடுத்ததும்இவ் அரக்கர் வேந்தன்

7. அன்னையோ அன்னையோ ஆகொடியோர்க்கு
   என்னேநான் அரக்கர் வேந்தன்

இந்த முதலடி ஒன்றில் 8 சொற்கள் தாம் உள்ளன. இதற்கு 7 பாடபேதம் இருக்கின்றன. தை விரித்துக் காட்டினால் ஏழேழு நாற்பத்தொன்பது உருவத்தில் பாடல்கள் திகழும். இப்படியே முழுப்பாடலும் எழுதப்பட்டால் 676 விதமாகி நிற்கும். பொருள் காண வழியே கிடைக்காது. இதற்குப் பெயர் பாடபேதமா? ரவை ரவையாக வெட்டிச் செய்திருக்கிற சித்திரவதையா? கம்பர் பாடியது ஒரு பாட்டுத்தானே! ஒரு பாடந்தானே!

எல்லாருக்கும் தெரிந்த – பிரசித்திபெற்ற – மற்றொரு பாடலைக்காட்டுகிறேன். எப்படிச் சீரழிந்திருக்கிறதென்று பாருங்கள்!

1. அரியணை அனுமன் தாங்க
    அங்கதன் உடைவாள் ஏந்தப்
   பரதன் வெண்குடை கவிக்க
    இருவரும் கவரி வீச
   விரைசெறி கமலத் தாள்சேர்
    வெண்ணெய்மன் சடையன் தங்கள்
   மரபுளோர் கொடுக்க வாங்கி
    வசிட்டனே புனைந்தான் மௌலி.

2. அரியணை அனுமன் தாங்க
    அங்கதன் உடைவாள் பற்றப்
   பரதன்வெண் குடைக விக்க
    இருவரும் கவரி வீச
   விரைசெறி கமலத் தாள்சேர்
    வெண்ணெய்மன் சடையன் தங்கள்
   மரபுளோர் கொடுக்க வாங்கி
    வசிட்டனே புனைந்தான் மௌலி.

3. அரியணை அனுமன் தாங்க
    அங்கதன் உடைவாள் பற்றப்
   பரதன்வெண் கவிகை ஏந்த
    இருவரும் கவரி வீச
   விரைசெறி கமலத் தாள்சேர்
    வெண்ணெய்மன் சடையன் தங்கள்
   மரபுளோர் கொடுக்க வாங்கி
    வசிட்டனே புனைந்தான் மௌலி.

4. அரியணை அனுமன் தாங்க
    அங்கதன் உடைவாள் பற்றப்
   பரதன்வெண் குடைக விக்க
    இருவரும் கவரி வீச
   விரைசெறி குழலி ஓங்க

வெண்ணெய்மன் சடையன் தங்கள்
மரபுளோர் கொடுக்க வாங்கி
வசிட்டனே புனைந்தான் மௌலி.

5. அரியணை அனுமன் தாங்க
 அங்கதன் உடைவாள் ஏந்தப்
 பரதன்வெண் குடை கவிக்க
 இருவரும் கவரி வீச
 விரைசெறி கமலத் தாள்சேர்
 வெண்ணையூர்ச் சடையன் தன்ன
 மரபுளோர் கொடுக்க வாங்கி
 வசிட்டனே புனைந்தான் மௌலி.

6. அரியணை அனுமன் தாங்க
 அங்கதன் உடைவாள் ஏந்தப்
 பரதன்வெண் குடைக விக்க
 இருவரும் கவரி வீச
 விரிகடல் உலகம் ஏத்தும்
 வெண்ணெயூர்ச் சடையன் வண்மை
 மரபுளோன் கொடுக்க வாங்கி
 வசிட்டனே புனைந்தான் மௌலி.

7. அரியணை அனுமன் தாங்க
 அங்கதன் உடைவாள் வாங்கப்
 பரதன்வெண் கவிகை ஏந்த
 இருவரும் கவரி பற்ற
 இருகையும் இருவர் ஏந்த
 ஏகினன் இருப்ப முந்தை
 மரபினோர் கொடுப்ப வாங்கி
 வசிட்டனே புனைந்தான் மௌலி.

8. அரியணை அனுமன் தாங்க
 அங்கதன் உடைவாள் வாங்கப்
 பரதன்வெண் கவிகை ஏந்த
 இருவரும் கவரி பற்ற
 விரிபுனற் பண்ணை சூழும்

வெண்ணெய்மன் சடையன் தங்கள்
மரபினோர் கொடுப்ப வாங்கி
வசிட்டனே புனைந்தான் மௌலி

அரியணை அனுமன் தாங்க – வசிட்டனே புனைந்தான் மௌலி என்ற இரண்டு அரை அடிகள்தாம் அடிவாங்கவில்லை.

★ ★ ★

இப்பொழுது அச்சிடப்பட்டிருக்கிற கம்பராமாயணப் பாலகாண்டத்தில் இருக்கிற மொத்தப் பாடல்கள் 1399. இதில் பாடபேதமில்லாத பாடல்கள் 26 தாம். இந்த இருபத்தாறில் 8-பாடலுக்குத் தஞ்சை சரசுவதிமாலில் இருக்கிற ஏட்டுப்பிரதிகளில் பாட பேதம் கிடைத்திருக்கிறது. எஞ்சிய பாடல் 18 தாம். பாடபேதம் காணப்படாதவையாகும். ஆனால் இன்னும் சில ஏடுகளைப் பார்த்தால் இவற்றிலும் பாட பேதம் நுழைந்தே இருத்தல் கூடும். இப்பொழுது கிடைத்துள்ளபடி பாடபேதங்கள் 1 முதல் 26 வரை ஒரு பாடலுக்கு ஏற்பட்டிருக்கின்றன. இந்தப் பாடபேதங்களைக்கொண்ட பாடல்களை எடுத்தெழுதினால் இன்றுள்ள கம்பராமாயண ஏட்டிலுள்ள 10,559 பாடல்களும் சுமார் 1,00,00,000 (ஒருகோடி) பாடல்களாகக் காட்சியளிக்கும். கம்பர் பெருமான் ஒரு பாடந்தானே பாடியிருப்பார்? அவரைக் 'கல்வியிற் பெரிய கம்பர்' என்றும் 'கவிச்சக்கரவர்த்தி' என்றும், 'கம்பநாடன் கவிதையிற்போற் கற்றோர்க்கிதயம் களியாதே என்றும், 'தெய்வப்புலமைக் கம்பநாட்டாழ்வார்' என்றும், 'வரம்மிகு கம்பன்' என்றும் புகழ்ந்து ஓதிக்கொண்டே நம் தமிழ் மக்கள் உள்ளே நடத்தியிருக்கிற 'வேலைத்தனம் எவ்வளவு? தமிழர்கள் நிபுணர்களல்லவா? ஒன்றுக்குக் காலாகப் பாடல்களைக் குறைத்து, குறைந்த பாடல்களை ஒன்றுக்கு மூன்றாகப் பெருக்கி, ஒன்றுக்கு ஆயிரமாகப் பாடபேதங்களை உண்டாக்கி வைத்துக் கொண்டிருக்கிற அநியாயத்தை என்னவென்று சொல்லுவது? என்றாலும், இத்தனை அநியாயத்தையும் கடல் நஞ்சைக் கண்டு மகிழ்ந்து புன்னகை பூத்து அடக்கி வைத்துக் கொண்டிருக்கிற

விரிசடைக் கடவுளைப்போலவும், உலகையெல்லாம் வயிற்றில் அடக்கி வைத்துக் கொண்டு புன்னகை பூத்த முகத்துடன் ஆலிலையில் கண்வளரும் திருமாலைப் போலவும் கம்பன் காவியம் அறிஞர் முன்னிலையில் ஆனந்தமயமாக ஒளிவிட்டுக் கொண்டிருக்கிறது. இந்த நூலை எவ்வளவு சீரழித்தாலும் அதை அழியவிடாமல் காப்பாற்றி உயிர்ப்பிச்சை கொடுத்து வைத்திருக்கிறதே அதற்காக இந்தத் தமிழகத்தை வாழ்த்தாமலிருக்க முடியுமா? தமிழகம் வாழ்க! வாழ்க! வாழ்க!

பதிப்புக்கள்

*க*ம்பராமாயண முழுப்பதிப்பு சில வெளிவந்திருக்கின்றன. இதை யாரும் இலக்கிய நயம் விரும்பிப் பதிப்பித்திருக்கிறார்களென்று சொல்வதற்கில்லை. பாலகாண்டம் முதல், யுத்தகாண்டம் வரையுள்ள 10,559 பாடல்களோடு உத்தர காண்டத்தையும் சேர்த்து, இரண்டு பகுதிகளாக அச்சிடப்பட்ட பதிப்பே குறிப்பிடத்தக்கது. திரு பி.நா.சிதம்பர முதலியார் பதிப்பு ஒன்று. திரு. நமசிவாய முதலியார் பதிப்பு மற்றொன்று. இவை தாம் மூலபாடம் முழுதும் கொண்டு வெளியிடப்பட்டிருக்கின்றன. இப்பதிப்பு சீரங்கத்தில் வைகுண்ட ஏகாதசியையொட்டி நடக்கும் புத்தகச் சந்தைக்காகப் போடப்படும் பதிப்பு வகையைச் சேர்ந்தது. ஆண்டு தோறும் சீரங்கத்தில் பெரிய புத்தகச் சந்தை கூடுவதுண்டு. யாரும் ஒன்றிரண்டு பெரிய புத்தகங்களை, யாரைக்கொண்டாவது, எப்படியாவது 2000, 3000 பிரதிகளை அச்சிட்டுக் கொள்வார்கள். இவைகளை மூட்டை போட்டுக்கொண்டு புத்தகச் சந்தைக்குப் போக வேண்டியது. அங்கே இது மாதிரியான 100, 200 கடைகள் இருக்கும். தாங்கள் வெளியிட்டுள்ள புத்தகங்களுடன் ஒவ்வொருவரும் உட்கார்ந்திருப்பார்கள். புத்தகங்களைத் தேவைக்குத் தக்கபடி மாற்றிக் கொள்வார்கள். இந்தச் சந்தை ஒருமாத காலத்துக்கு அதிகமாகவே நடைபெறும். கடைசியாக வீடு திரும்பும்போது, பலவகையான புத்தகங்களைக் கொண்ட ஒரு புத்தகக் கடைகாரராகத் திரும்புவார்கள். இப்படி ஏற்பட்ட கடைகள்தாம் தமிழ் நாட்டில் இன்றிருக்கிற பழைமையான புத்தகக் கடைகளெல்லாம் என்று கூறலாம். இந்தப் புத்தக

வெளியீடுகளில் 'வறட்டி வெளியீடு' என்று ஒன்றுண்டு. அல்லி அல்லியரசாணிமாலை, மயிலிராவணன் கதை, பவளக்கொடி மாலை, புலந்திரன் களவு மாலை, தேசிங்குராஜன் கதை, கான் சாயிபு சண்டை போன்ற நூல்களுக்குத்தான் 'வறட்டி' என்று பெயர். இந்த வகைப் புத்தகங்களை எண்ணிக் கணக்கிடுவதில்லை. நிறுத்துத்தான் மாற்றிக் கொள்வார்கள். இதில் பல அரிய நூல்களும் சேர்ந்திருக்கும். இப்புத்தகத்தின் விலை அரை அணாதான் விழும். இது பழைய கதை. இந்தப் புத்தகச் சந்தைக்குப் போட்ட வகையில் வெளியானவைதாம் மேற்சொன்ன கம்பராமாயணப் பதிப்புக்கள். பொதுவாகக் கம்பராமாயண மூல பாடத்தைப் பொறுத்த வரையில், அச்சுப் போடுபவர்கள் இவைகளைக் காட்டிலும் நயமாக ஒன்றும் செய்து விட முடியாது. கூடியவரை நல்ல பாடமே இவைகளில் உள்ளன.

பின்னர், ஹைஸ்கூல்கள் காலேஜுகள் ஏற்பட்டதும் கம்பராமாயணம் பாடபுத்தகமாக வேண்டிய நிலை ஏற்பட்டது. படலம் படலமாகப் பாடம் வைக்கப்பட்டது. உரையாசிரியர் தொழிலில் திறமையுள்ள அரும் புலவரான வை.மு. கோ. வகையார் இதில் முனைந்து படலம் படலமாக உரையெழுதிப் பாடப் புத்தகம் தயாரிக்கும் முறையில் இதை நடத்தினர். கடைசியில் இடையே விட்டுக்கிடந்த பகுதிகட்கும் உரையெழுதி உருவாக்கினார்கள். இது தான் இன்று உருப்படியாக இருக்கிற உரைப் பதிப்பு. இது அரும்பாடுபட்டு அச்சிடப்பெற்றுப் பாட பேதங்களுடன் வெளியிடப் பட்டுள்ளது. இது ஆராய்ச்சியாளர்க்குப் பெருந்துணையாக இருக்கிறது. இவ்விரு வகையான பதிப்பைத் தவிர எந்த இலக்கியப் புலவரோ, இலக்கிய அபிமானியோ அல்லது பதிப்பகத்தார்களோ இதில் தலைகாட்டவில்லை. தனி மனிதர் பலர் நினைத்தார்கள். தனி மனிதர் சிலர் முயன்றார்கள். வெற்றி கிடைக்கவில்லை.

திரு வையாபுரிப் பிள்ளை அவர்களின் பதிப்பு வரும் என்று சொல்லப்பட்டு வருகிறது. அண்ணாமலை சர்வகலாசாலையில் ஒரு பதிப்பு வெளியிடும் முயற்சி நடப்பதாகக் கூறப்படுகிறது. இவை வெளி வந்தால் இன்னும்

பல பாட பேதங்களை நாம் அறிய முடியும். ஏடுகளைப் பார்க்கப் பார்க்கப் பாட பேதம் கிடைத்துக் கொண்டே இருக்கிறது. அதற்கு முடிவே கிடையாது. ஆனால் திறமையான புலவர்கள், இருந்து நேரத்தைச் செலவிட்டு எல்லாப் பாடல்களையும் பார்த்து நல்ல பாடத்தை முடிவு செய்து வெளியிடக் கூடும். இப்படி அரும்பாடு பட்டு 100 ஏடு பார்த்தால் இன்று வெளியாகியிருப்பவைகளை விட நல்ல பாடமாகப் பத்து இருபது பாடம் கிடைக்கக் கூடும்: அல்லது ஒரு நூறு கிடைக்கலாம்:

எப்படிப் பாடங்கள் கிடைத்தாலும், இருக்கிற 10,559 பாடலில் பாதிக்கு மேல் செருகு என்பதை மறுக்க இடமில்லை. செருகு பாடலுக்கும் சேர்த்துப் பாட பேதம் பார்த்தால் இன்னும் குழப்பம் பெருகுவதன்றி உருப்பட வழி ஏற்படாது. உமியைக் குத்திக் கைசலித்த கதைதான்.

என்ன பாடு பட்டாலும் 400 ஆண்டுகட்கு முந்தின ஏடு கிடைக்கவில்லை. கம்பரின் நூல் பிறந்து ஆண்டு 1,000 ஆகிவிட்டன. இடையிலுள்ள 600 ஆண்டுகளில் நூல் சிதைவுபட்டிருக்கிறது. 400 ஆண்டுகளுக்குப் பிற்பட்ட ஏடுகள் எல்லாம் செருகுக்கும் சிதைவுக்கும் உட்பட்டவையே ஆகும். எனவே துணிந்து பாடல்களைக் கழித்து, நூலைத் தெளிவு படுத்த வேண்டும்.

கம்பராமாயணத்திலுள்ள மட்ட ரகமான பாடல்கள் படிப்போருக்கு இடைஞ்சலாக இருக்கின்றன என்பதை எல்லோரும் உணருகின்றனர். பெரியதொரு நூலில் புகுந்து வேலை செய்ய பயம் ஏற்படுவது இயல்புதான். என்ன செய்கிறது? பயத்துக்கும் ஒரு எல்லை தேவை தானே?

பெரியார் வெ. ப. சுப்பிரமணிய முதலியார் அவர்கள் **கம்பராமாயண சாரம்** என்று பெயர் வைத்து, சில பாடல்களைத் திரட்டி ஒரு நீண்ட உரையையும் எழுதி சுந்தர காண்டம் வரை ஒரு நூலை வெளியிட்டிருக்கிறார்கள். அதன் முன்னுரையில்,

"மற்றெந்தத் தமிழ் நூலினும் விரிவாயிருத்தலால், கற்றோ ருள்ளேயே மிகப் பலர் அதனை முழுதும் படியாராய்

அதனிற் சிறந்த பகுதிகளென்று பிறர் சொல்லக் கேட்ட பகுதிகளை மட்டும் படித்து விடுவதும், மேற்கொண்டு படித்தால் அப்பகுதிகளையே திரும்பத் திரும்பப் படிப்பதும் வழக்கமென்பது தெரிந்த விஷயம்."

என்று கூறியிருக்கிறார்கள். இதற்குக் காரணம், சேர்ந்த பாடல்களையெல்லாம் சேர்த்துக் கட்டி வைத்திருப்பதையன்றி வேறு ஒன்றுமில்லை. படித்த புலவர்களும் இதை முறையாகப் படிக்கிறதில்லையென்றால் நூலில் ஏற்பட்டிருக்கிற குழம்பிய நிலைதான் காரணமாகுமன்றி வேறென்ன! புலவர்களும் யாராவது நல்ல பகுதியென்று சொன்னால் அதைத்தான் படிக்கிறார்கள் என்று வெ.ப.சு.கூறியிருப்பது நகைச் சுவைக்கு உறுப்பாகி உண்மையை விளக்குகிறதன்றோ?

வெ.ப.சு. அவர்கள் கம்பராமாயணப் பாடல்களில் பலவற்றைத் தள்ளி விட்டுச் சில பாடல்களைப் பொருக்கி எடுத்ததற்குக் காரணங் கூறுவது ஒரு வேடிக்கையாகவே இருக்கிறது. பெரும் பகுதிப் பாடல்களைத் தள்ள வேண்டும்; புலவர்களிடமும் அகப்பட்டுக் கொள்ளக்கூடாது. என்பதற்காக எழுதியிருக்கிற மாதிரியைப் பார்க்கலாம்:

"கம்பராமாயணப் பாட்டுக்களெல்லாம் சொர்ணாபரணங்கள் என்னலாம். அவற்றுள்ளே பல தனித்தங்க நகைகளெனவும், வேறு பல ஒன்றும் பலவுமான இரத்தினங்கள் இழைத்த பொற்பூண் எனவும் புகலலாம். பின்னையவற்றுள்ளே சில அருமையினும் அருமையான, மதிப்பில் அடங்காத, ஒளி மிகுந்த, பெரு மணிகள் இழைக்கப் பெற்றுப் பேரழகு வாய்ந்தன வாய், கழிபேருவகை விளைவிக்கும் கனகரத்தின பூடணங்கள் என்று கழறலாம்"

இவ்வாக்கியங்களை இரண்டு மூன்று முறை ஊன்றிப் படிக்கவேண்டும். இப்பொழுதுள்ள கம்பராமாயண ஏட்டுக் கட்டில் உள்ளவை:

1. சொர்ணாபரணங்கள்.
2. தனித்தங்க நகைகள்.
3. இரத்தினங்கள் இழைத்த தங்க நகைகள்.

சொ. முருகப்பன் ● 115

4. இரத்தினங்கள் இழைத்த தங்க நகைகளுள்ளே பெரிய ரத்னங்கள் இழைத்த உயர்ந்த – உயர்ந்த நகைகள்.

எல்லாக் கதையும் ஒன்றுதான். முதலாவது சொல்லப்படும் பாடல்கள் கலப்படமான தங்க நகை என்பது பட்டவர்த்தனமாகத்தான் சொல்லப்படுகிறது. கலப்படமென்பதில் 100க்கு 99 பித்தளை கலந்ததும் உண்டென்று கருதலாமல்லவா? யார் எப்படிச் சொன்னாலும் செருகு கவிகள் ஒழியாத வரை நூல் நூலாகாது. இப்படியெல்லாம் சாதுரியங் காட்டி முகவுரை எழுதிய வெ.ப.க. அவர்கள், செய்ததென்ன என்றால், 6201 பாடல்களுள்ள ஐந்து காண்டங்களில் 639 பாடல்களைத் திரட்டி உரையெழுதி வெளியிட்டிருக்கிறார்கள் என்பதுதான். 100க்கு 10க்குமேல் அவர்களால் தேர்ந்தெடுக்க இயலாமற்போய்விட்டது.

பழைய மூட்டை முழுமையும் இருக்கட்டும் என்று விரலாற் கிளறிக் கிளறிப் பார்த்துப் பயந்து பதிப்பிக்கும் பதிப்பு, குறித்த பயனைத் தரவலியற்றதாகவே இருக்கும் என்ற உண்மையை அறிந்த திரு. வ.வெ.சு.ஐயரவர்கள் துணிந்து, ஒரு திரட்டை வெளியிட முற்பட்டார்கள். 1399 பாடல்கள் உள்ள பாலகாண்டத்திலிருந்து 545 பாடல்களைத் திரட்டிக் குறிப்புரையுடன் ஒரு புத்தகத்தை 1917ல் வெளியிட்டார்கள். அவ்வளவோடு அது முடிந்தது. அயோத்திக் காண்டம் வெளிவரவில்லை. யாராவது உள்ளங் குழைந்து அரும்பாடுபட்டு உயிரைக் கொடுத்து நூல் வெளி யிட முற்பட்டால் அவனை மறுபடி அந்தப் பாதையில் விடுவார்களா நமது அருமைத் தமிழர்கள்! வ.வெ.சு. தாம் வெளியிட்ட பாலகாண்டத்தின் முகவுரையில்,

> "இக்காலத்தில் கம்பராமாயணம் படிக்கவேண்டும் எண்ணுகிறவர்களுக்கு அதன் பரிமாணம் இன்னொரு தடையாக இருக்கிறது. பதினாயிரம் விருத்தங்கள் என்றால் இக்காலத்தில் மலைப்பாகப் போய்விட்டது. இந்தச் சமுத்திரத்தை நாமெங்கே தாண்டப்போகிறோம் என்று அநேகர் அதில் இறங்காமல் இக்கரையிலேயே நின்று விடுகிறார்கள். இப்படி இருப்பதால், கம்பனைப் படித்து அனுபவிப்பவரின் தொகையைச் சீக்கிரம்

அதிகப்படுத்தவேண்டும் என்கிற எண்ணத்தை எப்படி நிறைவேற்றலாம் என்று யோசித்ததில் இரண்டு வழிகள் புலப்பட்டன. அவைகளில் ஒன்று, ராமாயணத்தில் மிக உயர்ந்த கவிகளையாகப் பொறுக்கி எடுத்து ஒரு தொகுதியாக அச்சிடலாம் என்பது. மற்றொன்று, விடத்தக்க உபாக்கியானங்களை விட்டும், அங்கங்கே அதிவிஸ்தாரமாகக் காணப்படுகிற வர்ணனைகளில் ஒரு பாகத்தை வெட்டியும் காவியத்தைச் சுருக்கி கதையை ஒரே தொடர்ச்சியாக வரும்படி செய்வது......... வங்காளத்தில் கோவிந்தநாதகுகன் என்பவர் வான்மீகி ராமாயணத்தை, நாம் கம்பராமாயணத்தைச் சுருக்க நினைத்த வண்ணமே சுருக்கி 3000 சுலோகங்களுக்குள் அடக்கி லகுராமாயணம் என்று பேர்வைத்துப் போட்டிருக்கிற பதிப்பும் வெளிவந்தது.''

என்று கூறியிருக்கிறார்கள். கம்பராமாயணம் பெருகிக் கிடப்பதால் படிக்கமுடியவில்லை என்பதும், அதைக் குறைத்துப் பொருக்கித் தரம் உயர்ந்த பாடல்களைக்கொண்டு, நூலை ஆக்கவேண்டுமென்பதும் மேற்குறிப்பிட்ட இருவருடைய விருப்பமுமாகும் என்பது வெளியாகிறது. செருகுகவிகள் உண்டென்பதை மனத்தில் வைத்துக்கொண்டு பேச்சை விழுங்கி விழுங்கி வெளியிட்டிருக்கிறார்கள்.

வ.வெ.சு.ஐயரவர்கள், இந்தப் பாலகாண்டத் திரட்டை வெளியிட எவ்வளவு பாடுபட்டிருப்பார்களென்பது அத்துறையிற் புகுந்தவர்க்குத்தான் தெரியும். அவர்கள் மற்றைய காண்டங்களையும் வெளியிடத், தொடர்ந்து முயன்றுகொண்டிருந்திருக்கிறார்களென்று தெரிகிறது. கீழ்வரும் வாக்கியங்களைப் பார்க்கவேண்டும்.

“இந்தப் பாலகாண்டம் கற்றோர்களுக்கும், கற்போர்களுக்கும் விருப்பம் தருகிறது என்று கண்டால் நாம் தயாரித்து வருகிற மற்றைக்காண்டங்களையும் இதே ரீதியில் அச்சிட்டு வெளியிடுவோம்''

என்று குறித்திருக்கிறார்கள். இதைப் படிக்கும் பொழுது, முழுமையும் எழுதி வைத்திருந்தார்கள் என்றும், அச்சிட முடியாமற்போய்விட்டதென்றும் தோன்றுகிறதன்றோ?

பதின்மூன்று ஆண்டுகட்கு முன்பு அதாவது 1940-ல் காரைக்குடியில் நடைபெற்ற கம்பர் விழாவையொட்டி நவயுகப் பிரசுராலயத்தார் வெளியிட்ட 'கம்பன் கவிதை' என்ற புத்தகத்தில் நான் எழுதிய கட்டுரை ஒன்று வெளிவந்திருக்கிறது. அதை இங்கே காணலாம்:

நல்ல பதிப்பு வரவேண்டும்

'கல்வியிற் பெரியன் கம்பன்' என்றொரு பழமொழி தமிழ்நாட்டிற் கிடந்து வழங்கிவருகிறது. கம்பன் ஒருசிறந்த புலவன் என்பதை யாரும் மறுக்கவில்லை. சைவ அன்பர்களும் வைணவ அன்பர்களும் கம்பன் ஒரு சிறந்த புலவன் என்று ஒப்புக்கொள்கின்றனர். அவ்வளவோடும் நில்லாது, கம்பன் கவிகளில் தங்கள் மதக்கோள் நிறுவுதற்கு ஆதாரங்காட்ட அரும்பாடு படுவதையும் காண்கிறோம். கம்பன் சைவனென்று சைவரும், கம்பன் வைணவனென்று வைணவரும் உறுதிப்படுத்தப் பல நூற்றாண்டாக முயற்சி செய்து வருகின்றனர். கம்பன் நூல் சிறந்ததன்றென்று சொல்லப் பண்டிதர்களால் முடியவில்லை. அவனுடைய கவியைப் படித்தால், அதனை உணர்ந்தால் சிறந்தது என்று கூறாதிருக்க முடியாது. எனவே பண்டிதர்களும், சமயப் பற்றுடையவர்களும், நூலறிவு பெற்ற பிறரும் கம்பனை வியந்தனர்; பாராட்டினர்; சிறந்த புலவனென்று ஒப்புக் கொண்டனர். கல்வியின் பெருமைக்குக் கம்பனைக் கட்டளைக்கல் என்று கருதினர் என்றால் அது மிகையாகாது.

இனி, கம்பன்தான் கவி; அல்லது தமிழ்க் கவிகள் யாவரினும் கம்பனே தலைசிறந்த கவி என்று கூறுவதைப் பற்றி இன்று ஒன்றும் கூறவேண்டாம். கம்பனின் ஒப்பற்ற நூல் கம்ப ராமாயணமொன்றே யாதலால் கம்பன் எப்படிப்பட்ட கவி என்று முடிவு கட்டுவதற்கு அந்நூலே ஆதாரமாகவுள்ளதென்று கூறவேண்டியதில்லை. ஆனால், இன்று வெளிப்பட்டு நிலவும் கம்ப ராமாயணப் புத்தகத்தை வைத்துக்கொண்டு கம்பனைப்பற்றி முடிவுகட்டல் ஆகாத

காரியம். இப்பொழுதிருக்கிற குஜிலிக்கடை ராமாயணத்தை வைத்தே தமிழறிவு பெற்ற யாவரும் கம்பன் சிறந்த புலவன் என்று முடிவுகட்டியிருக்கின்றன ரென்பது ஞாபகப்படுத்திக் கொள்ளவேண்டியதாகும்.

ஏட்டுப் பிரதியிலிருந்து வந்த கம்ப ராமாயணத்தைப் போட்டி போட்டுப் பிற புலவர்கள் திருத்தியிருக்கின்றனர் என்பது யாவராலும் ஒப்புக்கொள்ளப்பட்டது. ஒரு படலத்தைப் படித்தாலும் இவ்வுண்மை நன்கு விளங்கும். திறம் படப் படித்துத் தமிழறிவு பெற்றவர்க்கேயன்றி, சாதாரணத் தமிழ் மக்கள் யாவருக்கும் விளங்கும்படியே இந்தச் சேர்மானங்கள் சேர்ந்திருக்கின்றன.

வான்மீகி முனிவருடைய கவிநயத்தைப் பாராட்டுங் கம்பன், 'வாங்கரும் பாதம் நான்கும் வகுத்த வான்மீகி' என்று வியந்து ஈடுபட்டுக் கூறுகின்றான். வான்மீகி வைத்த பாதத்தை எடுத்துவிட்டு வேறு பாதத்தைச் சேர்க்க முடியாது என்று பாராட்டியுரைத்த கம்பனின் பாட்டுக்கள் எப்படி அமைந்து கிடக்கக்கூடுமென்பதை நாம் யோசித்துப் பார்க்கவேண்டும். கம்பனின் கவிகளில் ஒரு பாதம் அல்லது ஒரு பதம் எடுக்கப்பட்டாலும் பாட்டு சிக்குகிறது; ஓசை போகிறது; பொருள் சப்பையாகிறது; உள்ளீடின்றி ஓய்கிறது; ஓட்டமும் உணர்ச்சியும் மழுங்கிப் போவதைக் காண்கிறோம். சாதாரணமான தமிழ் நூல்களுக்கு ஏற்பட்ட ஆபத்தைப் போன்ற ஆபத்து கம்பராமாயணத்திற்கும் ஏற்பட்டது. ஏட்டுப் பிரதி ஒன்றிலிருந்து ஒன்றுக்கு நகல் செய்யும்போது ஏற்படும் பிழைகளும் அச்சிடும்போது ஏற்படும் பிழைகளும் எல்லா நூலுக்கும் பொதுவானவையாகும். அந்த இரு குறைகளும் இது வரை வெளிவந்த சங்க நூல்கட்கும் சைவ வைணவ நூல்கட்கும் ஒருவாறு நிவிர்த்தியாகி இருக்கின்றனவென்று கூறலாம். கம்பனுக்கு இவ்விரு குறைகளும் நிவிர்த்தியாகவில்லை. சங்க நூல்கள், படித்தவர் கைகளிலேயே பயிலப்பட்டு வந்தபடியாலும், ஆசிரியர் மூலம் தகுதியுடைய மாணவர்க்கே நகலெழுதக் கிடைத்தபடியாலும் அவற்றில் நகலெடுத்த பிழை ஏற்படவில்லை. அவற்றைப் பதிப்பித்தவர்களும் கற்றுவல்ல பண்டிதர்களே யாதலால்

அச்சுப் பிழையும் அதிகமாக ஏற்படவில்லை. சமய நூல்கள் குறிப்பிட்டவர்களிடமிருந்து தீட்சை முதலிய அதிகாரம் பெற்றவர்க்கே நகல் எழுதக் கிடைத்தபடியால் அவற்றிலும் நகலெடுத்த பிழை மலிய முடியாது போயிற்று. அவற்றைப் பொறுப்பும் பக்தியுமுடையவர்களே அச்சிடலாயினர்.

கம்பனில் இவ்விருவகைப் பிழைகள் அளப்பரும் சலதியாய் விளங்குகின்றன. அச்சுப் பிழைகளும் மூலாதாரமாகக் கருதப்பட்டு, உரையாசிரியர்களால் அவற்றிற்கும் சேர்த்து வெகுபிரயாசையுடன் காணும் நிலைமை ஏற்பட்டுவிட்டது. இதற்கு இலக்கணங்களையும், தொன்னூல் வழக்குகளையும் வாரி வழங்கிக் கம்பனை நிலைநிறுத்த உரையாசிரியர்கள் வெகுபாடுபடவேண்டிய நிலைமை வந்திருக்கிறதென்றால் வேறு என்ன கூற வேண்டும்? சங்க நூல்களும் சமய நூல்களும் கற்றவர்க்கும் கட்டுப்பட்ட பக்தர்கட்குமே பயன்படுவதாயிருந்தன. கம்பன் கவியோ யாவராலும் நகலெடுக்கப்பட்டதென்பது வெகு நன்றாக வெளிப்படுகிறது.

கம்பனில் பலவிதமான சேர்மானங்கள் இருக்கின்றன. தமிழ் நூல்கள் பன்னூறு இருக்க இந்த நூலில் மட்டும் இவ்வளவு பாடபேதங்கள் இருக்கக் காரணமென்ன, என்பது கவனிக்கத்தக்கது. தமிழ் நூல்கள் எதிலும் இவ்வளவு பாட பேதங்கள் இல்லை, இவ்வளவு இடைச் செருகல்களும் இல்லை. கம்பனைப் படிக்கும் எவரும் இடைச் செருகல் இல்லை என்று கூறமுற்படமாட்டார். கம்பன் ஏட்டுப் பிரதி நூறு கண்டாலும் ஒன்றுபோல் பாடல்களும் பாடமும் இல்லை என்பது பிரத்யக்ஷ உண்மையாகும். சேர்மானம் எந்தெந்த வகையில் சேர்ந்திருக்கிறதென்பதை ஓரளவு குறிப்பிட்டுப் பார்க்கலாம்.

கம்பனின் நூல் படித்தவர் உள்ளத்தை ஈர்த்தது: படியாத மக்களையும் ஈர்த்தது. ராம கதை வால்மீகியின் வடநாட்டுக் கதை தமிழ் நாகரிகத்தைத் தழுவி உயர்ந்தமை, அது கம்பனின் கவிச் செல்வத்தில் உருப்பெற்றமை, ஆகிய மூன்றும் சேர்ந்து தமிழ் நாட்டிலிருந்த படித்தவர், படியாதவர் உள்ளத்தை ஒருசேரக் கொள்ளைகொண்டதென்னலாம். இது

காரணமாகவே பலரும் நகல் எடுக்கத் துவங்கினர் போலும்.

வான்மீகத்திலுள்ள கதைகளும் கொள்கைகளும் கம்பனில் காணக் கிடைக்கவில்லையென்பது குறையென்று வடமொழிப்பற்றுடையார் பரிகசித்தனர் என்றும், அக்குறை கம்பனில் இருக்கக்கூடாதென்றும் கருதி நல்லெண்ணத்துடன் கம்பனின் பக்தர்கள் சில பாடல்களைப் புகுத்தியிருக்க வேண்டும். அல்லது, தமிழகத்தில் தமிழராகப் பிறந்து வளர்ந்து வாழ்ந்துகொண்டே வடமொழிக் காதலர்களாக உள்ளவர் தங்களின் குறைப்பட்ட கொள்கைக்குக் கம்பனையும் சாட்சிக்காரனாக்க முயன்றனரோ என்னவோ? படிப்போருக்குத் தேனாகவும் தீங்கனியாகவும் உள்ள கம்பன் கவிகளின் இடையிடையே கம்பனிடம் பக்தி கொண்ட அன்பர் சிலர் 'தென்னம் பழக்கவி' (நாளீகோ பாகம்) இல்லாத குறையை நீக்கக் கருதிச் சில கரடுமுரடான கவிகளையும் செருக முயன்றிருக்கின்றன.

கம்பனை வைணவத்துக்கும் சைவத்துக்கும் இழுத்து நிறுத்த அரும்பாடுபட்டுப் பல பாக்களை யாத்துச் செருகியுள்ளனர்.

கம்பனை ஒரு மட்டமான புலவன் என்று கூறி எடுத்துக் காட்டும் பொருட்டும் பல பாடல்கள் பாடிச் சேர்க்கப் பட்டிருக்கும் கொடுமை சகிக்கக்கூடியதன்று. இதனை எண்ணும்போது தமிழ் நாட்டில் சமயப் போராட்டம் மட்டுமேயன்றி நூல் போராட்டமும் பெரிதாயிருந்திருக்கிறது என்பது விளங்கும். இந்த ரகப் பாட்டுக்கள் ஆபாசக் களஞ்சியமாகவும் அசட்டுத்தனமாகவும் பாடிச் சேர்க்கப்பட்டுள்ளன.

இவைகள் ஒருபுறமிருக்க, ஒரு நோக்கமுமில்லாமல் சேர்க்கப்பட்ட பாடல்களும் பலவாக இருப்பதைக் காணலாம். சமயக் கோட்பாடு கொண்டு மட்டுமல்ல, கம்பனுக்கு உயர்வளிக்கும் நோக்கத்துடன் மட்டுமல்ல, ஒரு குறிக்கோள் இன்றியும் பல பாடல்கள் சேர்க்கப்பட்டிருக்கின்றன. இப்படி ஏன் இவைகள் சேர்க்கப்பட வேண்டுமென்று ஐயப்பட வேண்டியதில்லை.

நண்பர் ஒருவர்; ஒரு பத்திரிகைக்கு நிருபராக அமர்ந்தார். சில செய்திகளை அனுப்பினார். அவை பத்திரிகையில் பிரசுரிக்கப்பட்டன. வெளியான பத்திரிகையை எடுத்தெடுத்துப் பார்த்துச் சந்தோஷப்பட்டார். அச்செய்திகளைப் படித்தவர்களைப் பார்த்து மகிழ்ந்தார். தாம் எழுதிய விஷயத்தை உலகத்தார் யாவரும் படிப்பார்களென்று நினைக்கும்போது தாங்காத மகிழ்ச்சிக் கடலில் திளைத்தார். ஆனால் இவர் எழுதினது இவருக்குத்தான் தெரியும். பத்திரிகையில் வெளியானது நமது நிருபரிடமிருந்து என்பதுதான். இப்படிப்பட்ட மக்களாகக் கம்பனுக்கும் நமக்குமிடைப்பட்ட காலத்தில் சிலர் இருந்திருக்கின்றனர் என்பது கம்பனில் கலந்து கிடக்கும் பல பண்டாரப் பாட்டுக்களிலிருந்து கிடைக்கும் உண்மையாக இருக்கிறது.

தாய்மொழியன்பரின் அன்பு, வடமொழியன்பரின் ஆர்வம், பண்டிதரின் பக்தி, சமயவாதிகள் ஆதரவு கொண்ட எதிர்ப்பு, நகல் எடுத்தவரின் மோகம், அச்சிட்டவரின் அறியாமை, இவையும் இவையன்ன பிறவும் கம்பன் கவியுடன் சேர்ந்து குழம்பி நிற்பதே இப்பொழுதுள்ள கம்பராமாயணப் பிரதியென்பதை நாம் மறந்துவிடக் கூடாது. இத்தமிழ் நாட்டாரையும் தமிழுணர்ந்த பிற நாட்டாரையும், 'தமிழே கவிக்குரிய பாஷை; தமிழ் நாட்டில் கல்வியிற் சிறந்தவன் கம்பன்' என்றெல்லாம் கூறச் செய்வன இந்தக் கம்பராமாயணத்தில் இடையிடையே நின்று ஜ்வலிக்கும் பாடல்கள் என்பதை நாம் உணரவேண்டும். இத்தனை எதிர்ப்பையும், எதிர்ப்பைவிடத் துன்பம் தந்திருக்கும் ஆதரவையும் சமாளித்துக் கம்பன் உயிர் பெற்று ஒளி வீசித் தமிழகத்தில் அரியாசனம் வீற்றிருக்கின்றான் என்றால் அதன் பெருமையை யார் கூறுவது?

கம்ப ராமாயணத்தைக் கையிலெடுத்து விரித்துப் படிக்கப் புகுந்தால் கம்பனின் ஒளியிலேயே நாம் செல்ல முடியவில்லை, இடைச்செருகல் எனும் இருட்டு வழிமறிக்கிறது. மீண்டும் கம்பனின் ஒளி வீசுகிறது. பாட பேதம், சிதைவு என்ற பல மேகங்கள் ஒளியை மறைக்கின்றன. பிறகு ஒளி வீசுகிறது. அப்பால் மேகம் மறைக்கின்றது; இருள் சூழ்கின்றது.

இதற்கிடையிடையே வீசும் ஒளியானது உள்ளத்தையும் உணர்ச்சியையும் கொள்ளை கொள்கிறது. இதனால் சில சமயங்களில் ஒளி மண்டலத்தின் ஓரங்களில் மேகம் சென்றாலும், அதுவும் ஒளி மயமாகித் தோன்றுகிறதென்பது ஒரு முக்கிய நிகழ்ச்சியாயிருக்கிறது.

இப்படிப்பட்ட குழப்பங்கள் இந்நூலின் தலைமுதல் கடைசி வரையில் பின்னிக் கிடந்தாலும் யாரும் படிக்கும் படி நூலமைந்து கிடப்பது ஓர் அபூர்வமான விஷயமாகும். தமிழ் நாட்டில் பிறந்துள்ள ஒவ்வொருவரும், ஆண், பெண் குழந்தைகள், படித்தவர், படியாதவர் என்னும் பேதமின்றி யாவரும் கம்பனைப் படிக்கலாம், பாடலாம், நடிக்கலாம், ஆடலாம், அபிநயம் பிடிக்கலாம். இம்மையும் அடையலாம்; பரலோகத்தையும் விடவேண்டியதில்லை. இப்படிப்பட்டதொரு அருமையான நூல் இவ்வளவு சித்திரவதைக்கு உள்ளாகியிருக்கிறதென்பது சகிக்கக்கூடியதன்று.

செந்தமிழ் மணி நாட்டிடையுள்ளீர்! சேர்ந்து முற்படுங்கள்! தமிழ் நாடு தமிழுணர்ச்சிபெற்று விளங்கவேண்டுமானால், அதற்கு உலகோர் மதிக்கும்படியானதொரு வாழ்க்கை வேண்டுமானால், ஒன்றுபட்ட மக்களாகித் தமிழ் நன் மக்கள் உயர்வடைய வேண்டுமானால், அது இலக்கிய ஒற்றுமையாலும், தமிழ் மொழி வளர்ச்சியாலுந்தான் முடியும். தமிழ் மக்களிடையே சமயத்தை அடிப்படையாகக் கொண்டதொரு இயக்கத்தால் வளர்ச்சி காண முடியாது; பிளவுதான் வளரும். அதுதான் இதுவரை கண்ட அனுபவம். சமயச் சார்புடைய நூல் எவ்வளவு அரிய இலக்கியமாக இருந்தாலும் அது தமிழ் மக்களை ஒன்றுபடுத்தும் வலிமை பெற முடியாது; முடியவில்லை. சைவ வைணவப் பிணக்கு ஒன்றுபட முடியாத அளவில் பிளவையுண்டாக்கிவிட்டது. சமய உணர்ச்சி வளர ஒரு இலக்கியத்தைக் கையாண்டால் இலக்கியத் தேய்வுதான் ஏற்படும். கம்ப ராமாயணமானது மதக்கோட்பாட்டை அடிப்படையாகக் கொண்டிருப்பதாகக் கருதப்படாமல், இலக்கியமாகக் கருதப்படுமானால், தமிழகத்திற்கு ஒப்பற்ற உதவியைச் செய்யமுடியும். அம்மாதிரியான வழிக்கு. வரும்படி சைவ வைணவ சமயவாதிகள் கம்ப ராமாயணத்திற்கு

விடுதலையளித்துவிட வேண்டியது அவசியமாகும். உண்மையிலேயே இவர்களிடையே தீவிரமான பூசலுக்குக் கம்பராமாயணம் இடந்தருவதன்று. அதில் கிடக்கும் இடைச் செருகல்களைக் கொண்டு இருக்கிற பாடல்களுக்குத் திரித்துப் பொருள் கூறியும் இடர்ப்பட வேண்டியதில்லை. தவிர இரு குழுவினர்க்கும் ஆதாரம் புகுத்திப் பார்க்கப்படுவதால் சண்டை மிஞ்சுகிறதேயன்றிச் சாதகம் யாருக்கும் கிடைப்பதற்கில்லை என்பதும் கவனிக்கத்தக்கதாகும். பொதுவாக இலக்கிய நூல்களை இலக்கிய நோக்கங் கொண்டே பார்க்கவேண்டும். சமயக் கண்கொண்டு நோக்குவதால் இலக்கிய நயமும் பாராட்டப்பட முடியாமல், சமயத்துறையிலும் உயர்ந்து செல்ல முடியாது போகின்றது.

தமிழ் நூல்கள் எண்ணற்று விளங்குகின்றன. இலக்கிய நயம் நிறைந்து விளங்கும் நூல்களும் பலவாக உள்ளன. ஆனால் தமிழ் நன்மக்கள் யாவரும் இலக்கியக் கண்கொண்டு பார்க்க அவை இடந்தரவில்லை. அவைகளைக் கையிலெடுக்கும்போதே சமய உணர்ச்சி மேலெழுந்து நிற்கிறது. சமய உணர்ச்சியெழுந்த பின்னர் இலக்கியம் முக்கியத்துவமடைய முடியாது போகின்றதை அநுபவத்தில் காண்கிறோம். கம்பராமாயணம் சமயத்தை மக்களுக்கு உணர்த்த எழுந்த நூலன்று. இலக்கிய உணர்ச்சியோடு பிறந்து அதனையே நமக்கும் அளிக்கின்றது. எனவே கம்பனை மட்டுமாவது இலக்கிய நூலாக்கச் சமயவாதிகள் கண்ணியத்துடன் உதவி புரிதல் அவசியமாக இருக்கிறது.

தமிழ் நாட்டில் இலக்கியச் செல்வர்களான நல்லறிஞர் பல்லோர் இருக்கின்றனர். கம்பனை நல்ல மாதிரியாகக் காண விழைவோரும் பலருளர். கம்பனில் நல்ல பாட்டுக்கள் என்று தோன்றியதைத் திரட்டி வெளியிடவும் சிலர் முற்பட்டிருக்கின்றனர். அவருள் வ.வெ.சு.ஐயரும், வெ.ப.சுப்பிரமணிய முதலியாரும் முக்கியமானவர்கள். இவர்களின் நூல்கள் தமிழ் நாட்டில் கம்பனைப் படிக்க விரும்புவாருக்குப் பேருதவி செய்துள்ளன. அதுமட்டுமன்று. கம்பனில் ஆர்வமில்லாதாருக்கும் ஆர்வ மூட்டுகின்றன.

இப்பொழுது அவசரமான தேவை யாதெனில் சுத்தமான கம்பராமாயண மூலப் பதிப்பொன்று வெளிவர வேண்டும். இது ஒரு பெரு முயற்சி என்பதில் ஐயமில்லை. இதை வெளியிடத் தகுதியுள்ளோர் மிகச் சிலரேயாவர். அவர்கள் இம் முயற்சியில் ஆர்வம் கொண்டிருக்கின்றார்கள் என்பதிலும் சந்தேகமில்லை. இருக்கிற சங்கடம் ஒன்றே. சரியான பிரதியொன்று எப்படி வெளியிடுவது? பிரதி வெளிவந்தால் வாதப் பிரதிவாதம் வானையளாவுமே!

இதற்குப் பயந்து இனி முடியாது. நல்ல பதிப்பு வரவேண்டும். யுனிவர்ஸிட்டியில் ஏடுகள் பல இருக்கின்றன. தனித்தனியாகப் பலரிடமும் ஏடுகள் இருக்கின்றன. கம்பனை நன்கு கற்று அவன் பாடலோடு கலந்து உணரும் சக்திவாய்ந்த அறிவாளிகளைப் பொறுக்கி எடுப்பதென்றால் ஒருவரின் கைவிரல்களால் அவர்களின் தொகையை எண்ணிவிடமுடியும். இவர்கள் ஒரு குழுவினராக இருந்து இப்பொழுது இருக்கிற கம்ப ராமாயணத்தை வடிகட்டி எடுத்து நல்கவேண்டுவது அவசியமாகும். இற்றைத் தமிழ் நாட்டில் தமிழிலக்கிய வழியில் செய்யப்படவேண்டிய உதவிகளில் இது சிறந்ததென்று கூறவேண்டுமா? கம்பராமாயணத்தைத் தொட்டு வெளியிட முற்பட்டால் எதிர்ப்பு வரவே செய்யும். எதிர்ப்பதில் நம் தமிழ் மக்கள் – நம் சமயவாதிகள் – தமிழ்ப் பண்டிதர்கள் ஆகிய பலரும் தேர்ச்சி பெற்றிருக்கிற மாதிரி எவருமில்லையென்று கூரை மேல் நின்று, உரத்த குரலெடுத்துச் சொல்லிக்கொள்ளும் உரிமை ஏகபோகமாக நமக்கிருக்கிறது. ஆதலால் அதை நிறுத்திவைக்க வேண்டும். ஒரு நல்ல கமிட்டியை அமைக்கலாம். அதிலிருந்து புத்தகத்தை வெளியிடலாம். வெளியிடும் கூட்டத்தார்தான் யார்? தமிழ்நாட்டுத் தண்ணீர் குடித்தவர்கள் தாம் அன்றோ?

★ ★ ★

இதன் பின்னர்வெளிவந்த பதிப்பில் குறிப்பிடத்தக்கது ரசிகமணி டி.கே.சி. அவர்களின் பதிப்பு ஒன்றுதான். அவர்கள் துணிந்து பால–அயோத்தி–ஆரணிய காண்டங்களை வெளி யிட்டிருக்கிறார்கள். இது கம்பராமாயண உலகிலேயே

ஒரு புரட்சியையும் எழுச்சியையும் உண்டாக்கியிருக்கிறது. பல்லாண்டாகக் கம்பர் கவிதைக் கடலில் திளைத்த பெரியார் டி.கே.சி. அவர்கள், பாலகாண்டத்தைப் பொறுத்த மட்டில் 1399 பாடல்கள் உள்ள அக்காண்டத்திலிருந்து 169 பாடல்களை எடுத்துப் போட்டு, சுமார் 70 இடங்களில் சொந்தமாகவே திருத்தி முகவுரையில்,

"இந்தப் புத்தகத்தில், அடங்கிய பாடல்களெல்லாம். கம்பரது உண்மையான பாடல்கள். ஏதோ கம்பர் பாடல்களிலிருந்து பொறுக்கின கோவையென்று கொள்ளலாகாது. இவை ஒழிந்த மற்றப் பாடல்களெல்லாம் செருகு கவிகள்"

என்று ஒரே போடாகப் போட்டிருக்கிறார்கள். இதைக் கண்டதும் இலக்கணம், இலக்கியம் படித்த தமிழுலகம் திகைத்துப் போய்விட்டது.

எல்லாப் புலவரும் கம்பராமாயணக் கவிகளை எடுத்தாண்டிருக்கின்றனர். நல்ல பாடல்களென்று கருதி பல சந்தர்ப்பங்களில் எடுத்தாண்டிருக்கின்றனர். அந்தப் பாடல்களிற் சில தனிப் பாடல்களாகப் பார்க்கும் போது நயமுள்ளனவாகத் தோற்றினாலும்; முன்னும் பின்னுமாகப் பல பாடல்களோடும், கதைப் போக்கினோடும், தருமத்தோடும் ஒட்டிப் பார்க்கும் போது சிறிது மாற்றுக் குறைந்து காணப்படுகின்றன. ஒன்றுக்கொன்று தாறு மாறாக வேறுபட்டுள்ள பாடல்களும் உண்டு. இவ் விஷயத்தை மனச் சாட்சியை வைத்து நிறுத்திப் பார்க்க வேண்டும். ஒரு பெரும் புலவனின் ஒப்பற்ற நூல் சிதைந்து கிடக்கும்படி விட்டு வைப்பதில் யாருக்கு நன்மை? யாருக்குத்தான் பெருமை? இதுவரை குழம்பினதுபோக, இனி வரும் இளம் மாணாக்கர்களாவது கம்பர் காவியத்தைப் படித்துத் தெளிவு பெற இடமளிக்கலாமல்லவா? தாம் எடுத்தாண்ட பாடலை, மற்றவர் பிழையான பாடல் என்று சொல்ல முற்பட்டால் எதிர்க்கத்தான் தோன்றும். ஏற்றுக்கொள்ள முடியாமலுமிருக்கலாம். இந்தத் தொல்லையொன்று பதிப்பிப்போருக்குத் தீராத வேதனையளித்துக் கொண்டிருக்கிறது. இதில் புலவர் பெருமக்கள் பெருந்தன்மை காட்டுதல் இன்றியமையாததாகும். குணமும் குற்றமும்

பொருந்தியவரே மக்கள். எல்லாரிடமுமுள்ள நல்லகுணத்தை நோக்கிக் கூறும் வேண்டுகோள் ஒன்றுண்டு. தாங்கள் நல்ல பாடல் என்று எடுத்தாண்டவை உண்மையிலேயே நல்லதல்ல என்று விலக்கப்படும்போது, உண்மை உணர்ந்து வழிவிடுதலே நியாயமாகும்.

ரசிகர் திரு.பி.ஸ்ரீ. அவர்கள் 1940–ல் 'கம்ப சித்திரம்' என்ற பெயருடன் ஒரு புத்தகத்தை வெளியிட்டார்கள். பாலகாண்டத்திலுள்ள 1399 பாடல்களிலிருந்து பொருக்கிய 198 பாடல்களைக் கொண்டு இது விளங்குகிறது. இப்புத்தகத்தின் முகவுரையில்,

> கம்பனது கவிதையின்பத்தை உணர்தல் எளிய காரியமன்று. பதப்பொருளை அறிதலால், அது கைகூடாது. இலக்கணக் குறிப்புக்கள் தெரிதலால், அது தெரிந்ததாக மாட்டாது. முன்னூல்களிலுள்ள ஒப்புமைப் பகுதிகளை நுட்பமாக ஆராய்ந்து கொள்ளுதலால், அது நுகரப்பெற்றதாகாது. நூற்றுக் கணக்காகப் பாட்டுக்களை மனனம் பண்ணி ஒப்பித்தாலும் அது உணரப் பெற்றதாகாது. கம்பனது கவிதையின் சொல்லும் பொருளும் பாவமும் உள்ளத்திலே உள்ளூறிக் கிடந்து கனியக் கனிய, அதன் இன்பம் உணரப்படும். அவனது கவித்துவ சக்தியின் மர்மங்களை உணர உணர, நமது இன்ப உணர்ச்சியும் மிகுதிப்படும். அவனது கவிதா சன்னதம் நம்மீது ஏற ஏற, கவிதைகளும் பேராற்றலும் பேரழகும் பேரின்பமும் புலனாகிக் கொண்டே வரும். ஆதலால் இக்கவிதா சன்னதத்தை ஓரளவு பெற்றாலன்றி ஏனையோர்கள் கம்பன் கவியின்பத்தைப் பிறருக்குப் புலப்படுத்தி அவர்களை இன்புறச் செய்தல் கூடாததாகும்.

என்று பொன்னுரைப் புகன்றிருக்கிறார்கள். இப்படி அனுபவிப்பதற்கு இடறு கட்டையாக உள்ள பாடல்கள் அகற்றப் பட வேண்டும். இல்லா விட்டால் நாம் புகழ்ந்தெழுதுவதைத் தவிர, உண்மைப் பயன் கிடைக்க வழி ஏற்படாது. இன்றைக்கிருக்கிற கம்ப ராமாயணம் அப்படி இருக்கிறது. அதைச் சீர்ப்படுத்தி அச்சிடுவது அறிஞர் கடனாகும்.

மறுபடியும் நான் என்ன கூறுகிறேன் என்றால், இன்றிருக்கிற பாடல்களைக் கொண்ட கம்பராமாயணத்திலிருந்து, பொருக்கியெடுத்தப் பாடல்களைக் கொண்ட ஒரு நல்ல முழுப்பதிப்பு வர வேண்டும் என்பது தான்!